Omega

비즈니스
베트남어 이메일
완전정복

Omega 비즈니스
베트남어 이메일
완전정복

저 자 FL4U컨텐츠
발행인 고본화
발 행 반석출판사
2019년 4월 5일 초판 1쇄 인쇄
2019년 4월 10일 초판 1쇄 발행
반석출판사 | www.bansok.co.kr
이메일 | bansok@bansok.co.kr
블로그 | blog.naver.com/bansokbooks

07547 서울시 강서구 양천로 583. B동 1007호
(서울시 강서구 염창동 240-21번지 우림블루나인 비즈니스센터 B동 1007호)
대표전화 02) 2093-3399 팩 스 02) 2093-3393
출 판 부 02) 2093-3395 영업부 02) 2093-3396
등록번호 제 315-2008-000033호

Copyright ⓒ FL4U컨텐츠

ISBN 978-89-7172-892-5 (13790)

Omega

비즈니스
베트남어 이메일
완전정복

반석출판사
Bansok

머리말

지금 우리는 급변하는 세계정세 속에서 국제화·정보화 시대에 발맞춰나가기 위해 혼신의 노력을 다해야 할 때이다. 국제화 시대에 발맞춘다는 것은 무엇을 의미할까? 아마도 우리나라 안에서만 비즈니스가 이루어지는 것이 아니라 전 세계의 나라들을 상대로 비즈니스가 이루어진다는 것을 염두에 두고 외국어 학습에 좀 더 많은 관심을 가져야 한다는 의미가 될 것이다.

베트남과 FTA가 발효된 후로 건설, 제조, 전자, 에너지 분야 등에서 국내 기업의 베트남 투자가 날로 확대되고 있다. 아시아 등지에 흩어져 있던 공장들이 속속 베트남을 거점 삼아 모이고 있는 추세이기도 하다. 또한 베트남은 국내 관광객들에게도 매력적인 관광 휴양지로 손꼽히는 곳이기도 하다. 이러한 이유로 베트남어에 대한 수요가 점점 늘어나고 있다.

특히 업무적으로 베트남과의 교류가 급격히 늘어나고 있는 상황에서 비즈니스 베트남어의 필요성을 절감하고 이에 부응하고자 이 책을 출간하였다. 이 책은 실제로 현장에서 일어날 수 있는 사례를 실전에서 응용할 수 있도록 짜임새 있게 이메일을 구성하였으며 해당 어구 풀이, 해석 등을 첨가하여 이해를 돕는다. 베트남의 화폐 단위는 동(VND)이지만, 실제 현장에서는 미화인 달러를 더 많이 사용하기 때문에 이메일에서도 달러를 사용하였음을 참고로 일러둔다.

그러므로 이 책을 처음부터 끝까지 모두 소화하고 익힌다면 앞으로 여러분은 베트남어로 이메일을 쓰는 데 어려움을 느끼지 않게 될 것이다. 아무쪼록 독자 여러분에게 큰 도움이 되기를 바란다.

목차

Part 01 일상생활 I

Chapter 1 소개에 관한 이메일

001 해외진출을 돕는 소개장

Anh Bùi Tiến Dũng kính mến

Tôi xin giới thiệu với anh một người bạn thân thiết cũng như một đối tác kinh doanh lâu năm của tôi là anh Kim Chang Ho.

Anh Kim đang được bổ nhiệm làm Trưởng phòng kinh doanh quốc tế của Công ty đồ chơi Sam Jin được biết đến là công ty sản xuất đồ chơi hàng đầu Hàn Quốc trong những năm gần đây. Đồ chơi Sam Jin đang nỗ lực mở rộng ra thị trường ngoài nước. Bên cạnh đó, Anh Kim cũng đang tìm những con đường để bước vào thị trường Việt Nam. Sau khi nghe về anh cũng như sự nghiệp thành công của anh, anh ấy nói rằng nhất định muốn gặp mặt anh một lần.

Vào đầu tháng 6 anh Kim có dự định sẽ đến gặp anh nên tôi gửi email này mong rằng anh có thể sắp xếp lịch trình cho cuộc hẹn.

Tôi sẽ rất biết ơn nếu anh có thể giúp đỡ.

Mun Pil Su
Trưởng phòng
Phòng kinh doanh Việt Nam

친애하는 Bùi Tiến Dũng

가까운 친구이며 다년간 사업동료인 김창호 씨를 소개합니다.

김 씨는 최근 한국의 일류 완구 메이커인 삼진완구의 국제판매부장에 임명되었습니다. 삼진완구는 해외 운영의 확장을 시도하고 있는 것 같습니다. 김 씨는 베트남시장으로의 진출로를 찾고 있습니다. 당신과 당신의 사업성공에 대해서 이야기했던 바, 꼭 만나 뵙고 싶다고 합니다.

그는 6월 초에 그쪽으로 갈 예정이므로 곧 약속을 잡기 위해 이메일을 드릴 것입니다.

그를 위해서 뭔가 해주실 수 있으면 감사하겠습니다.

문필수

부장

베트남 사업부

Outline
1. 글의 목적을 분명히 한다.
2. 구체적으로 소개한다.
3. 연락 방법을 알린다.
4. 잘 부탁한다는 결어로 끝맺는다.

 Từ khoá trọng tâm

··· **kính mến** 친애하는 ··· (이메일의 앞에 주로 위치한다)

tôi xin giới thiệu (với A) B B를 A에게 소개하겠습니다.

được bổ nhiệm làm ··· ···에 임명된

mở rộng ra thị trường 시장을 확대하다

những con đường để ··· ···를 하기 위한 경로(방법)들

nói rằng ··· ···라고 말하다

dự định ··· ···할 예정이다

Công Ty TNHH Phát Tài chúng tôi rất hài lòng với sự tiến bộ trong mối quan hệ kinh doanh của chúng ta. Những thành quả cho đến nay thể hiện rằng 2 công ty chúng ta đều đang giao dịch tốt.

Hôm nay tôi gửi email để giới thiệu công ty kỹ thuật Samho. Công ty kỹ thuật Samho là nhà sản xuất thiết bị ngoại vi và là nhà cung cấp chính các thiết bị đa dạng cho chúng tôi hơn 20 năm. Công ty này đang chuẩn bị mở rộng ra thị trường ngoài nước và tìm những kênh bán hàng đáng tin cậy. Vì vậy, tôi đã giới thiệu công ty anh để liên lạc và được giúp đỡ.

Vào giữa tháng 5, đại diện của công ty kỹ thuật Samho dự định sẽ đến khu vực công ty anh và tôi rất mong muốn họ được gặp mặt quý công ty nếu có thể. Công ty kỹ thuật Samho sẽ liên lạc trực tiếp cho công ty anh.

Xin hãy hợp tác.

저희 Phát Tài 유한책임회사에서는 우리의 거래 관계가 원활하고 착실하게 발전하는 데에 매우 만족하고 있습니다. 현재까지의 성과는 우리 양사가 충실한 거래를 하고 있음을 말하고 있습니다.

오늘 이메일을 드리는 것은 삼호기공이라는 회사를 소개하기 위해서입니다. 삼호기공은 주변 기기 제조업체로 당사의 여러 가지 다양한 기기의 주요 공급원으로서 20년 이상 거래가 있는 회사입니다. 이 회사는 해외 진출을 추진 중이며 믿을 만한 판매 루트를 찾고 있습니다. 그래서 귀사와 연락을 취해 도움을 받도록 권했습니다.

삼호기공의 대표자들이 5월 중순에 귀 지역으로 갈 예정인데 가능하면 귀사와 의논할 수 있기를 무척 바라고 있습니다. 삼호기공이 직접 귀사에 연락할 것입니다. 부디 협력해주시길 바라마지 않습니다.

Outline
1. 양사의 실적을 되돌아보고 잘되어 가고 있음을 강조한다.
2. 구체적인 소개를 한다.
3. 연락방법을 알린다.
4. 잘 부탁한다는 결어로 끝맺는다.

 Từ khoá trọng tâm

mối quan hệ kinh doanh 사업관계
cho đến nay 현재까지
gửi email để … …하기 위해 이메일을 보내다
quý công ty 귀사
Xin hãy … …하길 바랍니다

Anh Phạm Thanh Duy kính mến

Công Ty Cổ Phần Xuất Nhập Khẩu Hoa Nam chúng tôi là công ty chuyên xuất khẩu sang Hàn Quốc. Công Ty Thương Mại Samil, một trong những khách hàng quan trọng của chúng tôi, mong muốn trở thành nhà phân tại Seoul của quý công ty.

Tôi rất cảm ơn nếu anh liên lạc với ông Kim về vấn đề này. Địa chỉ là như sau.

Công ty Thương mại Samil, Namdaemun-ro 4-ga, Jung-gu, Seoul, Hàn Quốc

Đại diện Kim Dong Soo

Ông Kim hay đi công tác Việt Nam, vì vậy đại diện quý công ty và ông Kim có thể gặp nhau và thảo luận các vấn đề mang lại lợi ích cho cả đôi bên.

친애하는 Phạm Thanh Duy 씨

Hoa Nam 수출입주식회사[당사]는 한국 수출을 전문으로 하는 회사입니다.

저희의 중요한 거래처의 하나인 삼일상사가 귀사의 서울 대리점이 되고 싶다는 뜻을 표명했습니다.

이 건에 관해서 김 씨에게 연락을 취해주시면 고맙겠습니다. 주소는 다음과 같습니다.

대한민국

서울특별시 중구

남대문로 4가

삼일상사

대표 김동수

김 씨는 베트남에 자주 출장 가기 때문에 귀사 대표와 만나 상호 이익이 되는 항목을 의논할 수 있을 것입니다.

Outline

1. 자사 및 거래선을 소개한다.
2. 연락선을 알린다.
3. 보충 정보를 알려서 절충이 잘 이루어지도록 배려한다.

 Từ khoá trọng tâm

Cổ Phần 주식

công ty chuyên xuất khẩu 수출 전문회사

một trong những … …의 하나인

Tôi rất cảm ơn nếu … …해주시면 고맙겠습니다

… là như sau … …는 다음과 같습니다

Tôi xin giới thiệu một người bạn thân thiết cũng như một đồng nghiệp của tôi là ông Ji Young Hoon.

Gần đây ông Ji đã được chuyển đến phòng bán hàng ở nước ngoài của công ty điện tử K, một nhà sản xuất chính thiết bị hàng đầu tại Hàn Quốc. Công ty điện tử K đang tập trung vào mở rộng ra thị trường nước ngoài. Ji đang tìm con đường nhập vào thị trường Việt Nam. Tôi đã nói về anh và doanh nghiệp của anh nên ông ấy rất muốn gặp anh.

Vào đầu tháng 7 ông ấy dự định sẽ đến Việt Nam nên ông ấy sẽ gửi email cho anh để bố trí một cuộc hẹn.

Tôi rất mong có sự giúp đỡ của anh.

가까운 친구이며 다년간 사업동료인 지영훈 씨를 소개합니다.

지 씨는 최근 한국의 대표 가전 제조사인 K전자의 해외영업부로 전출되었습니다. K전자는 해외 시장 확장에 박차를 가하고 있습니다. 지 씨는 베트남 시장으로의 진출로를 찾고 있습니다. 귀하와 귀하의 사업에 대해 이야기하였는데 귀하를 만나고 싶어 합니다.

그가 7월 초에 베트남에 갈 예정이어서 곧 약속을 잡기 위해 이메일을 드릴 것입니다.

그를 위해 무엇인가를 해주실 수 있으면 감사하겠습니다.

Outline
1. 글의 목적을 분명히 한다.
2. 구체적인 소개를 한다.
3. 잘 부탁한다는 결어로 끝맺는다.

 Từ khoá trọng tâm

mở rộng ra thị trường 시장 확장
vào … …(기간)에
dự định sẽ … …할 예정입니다
sự giúp đỡ 도움

Anh Nguyễn Văn Mạnh kính mến

Tôi xin giới thiệu tiến sĩ Lê Thị Kim của Đại học Hà Nội. Tiến sĩ Lê Thị Kim là người đã cộng tác với trưởng viện nghiên cứu - tiến sĩ Ngô Văn Quyền trong nhiều năm.

Tiến sĩ này biết rằng phòng thí nghiệm của anh đang nghiên cứu về Laser Garnet, một lĩnh vực nổi tiếng thế giới. Do đó, bà ấy rất quý trọng cơ hội có thể trao đổi ý kiến với anh và đội ngũ nghiên cứu của anh về vấn đề có liên quan.

Tôi sẽ rất cảm ơn nếu anh có thể giúp đỡ để chuyến thăm của bà ấy đạt được kết quả tốt đẹp.

Phạm Hoài Nam
Phó giám đốc điều hành

친애하는 Nguyễn Văn Mạnh 씨

하노이대학교 Lê Thị Kim 박사를 소개합니다. Lê Thị Kim 박사는 당 연구소 소장 Ngô Văn Quyền 박사와 여러 해 동안 공사 간에 교제가 있는 분입니다. 박사는 현재 귀 연구소가 국제적인 명성을 얻고 있는 분야인 가넷 레이저에 관해서 연구 중인 것으로 알고 있습니다. 따라서 그는 관련이 있는 사항에 관해서 귀하와 귀 연구진과 의견을 교환할 수 있는 기회를 매우 소중히 여기고 있습니다. 그의 방문이 결실을 맺을 수 있도록 배려해주시면 대단히 고맙겠습니다.

Phạm Hoài Nam

이사

Outline
1. 글의 목적을 분명히 한다.
2. 구체적인 소개를 한다.
3. 잘 부탁한다는 결어로 끝맺는다.

 Từ khoá trọng tâm

tiến sĩ 박사
biết rằng …라고 알고 있다
nổi tiếng thế giới 세계적으로 유명한
do đó 그 때문에
cơ hội … …할 기회

006 취업을 위한 일반적인 추천서

Anh Đỗ Minh Tuấn đã làm việc cho công ty Liên minh Viễn thông hơn hai năm và đã làm việc như một giảng viên trong thời gian này.

Anh ấy chịu trách nhiệm trực tiếp cho chương trình đào tạo của chúng tôi trong các công ty Hàn Quốc sau đây.

Công ty quảng cáo Gwang Bo Dang

Công ty điện tử Seoul Jeil

Công ty Ô tô Koryo

Công ty ô tô Diesel Koryo

Thái độ làm việc của Anh Đỗ Minh Tuấn trong công ty khiến chúng tôi rất hài lòng. Anh ấy trung thực trong công việc và thể hiện rất nhiều khả năng trong lĩnh vực giáo dục.

Nếu anh cần thông tin cụ thể, tôi sẽ vui lòng trả lời.

Đỗ Minh Tuấn 씨는 통신 연합회사에 2년 이상 소속하였고 그 기간 중 전임 강사로서 기업 내 교육에 종사하였습니다.

그는 당사의 교육 프로그램을 다음의 한국 기업에서 직접 담당했습니다.

광보당 광고 회사

서울 제일 전기 회사

고려 자동차 회사

고려 디젤 자동차 회사

당사에서의 Đỗ Minh Tuấn 씨의 근무 태도는 충분히 만족할 만했습니다. 그는 일에 성실하였고 교육 분야에서 상당한 능력을 발휘했습니다.

좀 더 자세한 정보가 필요하시면 기쁘게 대답해 드리겠습니다.

Outline

1. 피추천자에 대한 개관적인 정보를 알린다.
2. 구체적인 업무 내용을 알린다.
3. 근무 태도에 대한 소견을 말한다.
4. 질문이 있으면 응한다는 결어로 끝 맺는다.

 Từ khoá trọng tâm

làm việc cho công ty ⋯ ⋯ 회사에서 일하다
trong thời gian này 이 기간 동안에
chịu trách nhiệm 담당하다
lĩnh vực giáo dục 교육 분야
vui lòng ⋯ 기쁜 마음으로 ⋯

Email này là về anh Phan Hải Nam. Trong khi anh ấy ở Hàn Quốc, tôi rất vui khi được làm việc với anh ấy. Vì anh ấy đã làm việc với tư cách cấp dưới của tôi nên tôi có thể đưa thông tin cụ thể về khả năng đặc biệt của anh ấy.

Trong thời gian ở Hàn Quốc, anh Nam đã thích ứng tốt với nhịp sống ở đây và mối quan hệ với người khác cũng rất tốt. Tôi biết anh ấy có mối quan hệ tốt với nhiều nhân viên của chúng tôi chỉ trong thời gian ngắn.

Khả năng làm việc của anh Nam rất tuyệt vời. Anh ấy chịu trách nhiệm cải thiện và hoàn thành hai nhiệm vụ quan trọng về chính sách xuất khẩu và dịch vụ của nhà máy và điều này sẽ có giá trị liên tục. Khi anh ấy tham gia vào công việc này, anh ấy luôn luôn làm việc chăm chỉ và hoàn thành công việc đúng thời hạn. Hợp tác với anh ấy là một trải nghiệm mới mẻ trên nhiều phương diện.

Do đó, tôi muốn giới thiệu anh ấy vô điều kiện.

이 이메일은 Phan Hải Nam 씨에 관한 것입니다. 그가 한국에 체류하는 동안 저는 그와 함께 기쁘게 일했습니다. 사실 그는 제 밑에서 상당한 일을 했기 때문에 저는 그의 특별한 능력에 관해서 구체적인 정보를 제공할 수가 있습니다.

한국에 머무는 동안 Nam 씨는 이곳의 생활 페이스에 잘 적응했으며, 그가 접촉한 사람과의 인간관계도 매우 좋았습니다. 저는 그가 짧은 체류 기간에 많은 우리 직원과 긴밀한 관계를 확립할 수 있었다는 사실을 알고 있습니다.

Nam 씨의 업무 능력은 탁월했습니다. 그는 플랜트 수출과 서비스 정책에 관한 중요한 두 가지 일을 개선 및 완성시킬 책임을 졌었는데, 그것은 지속적인 가치를 가질 것입니다. 이 일에 종사하고 있을 때 그는 계속 책임량 이상으로 일했으며 기한 내에 일을 마쳤습니다. 그와의 협동 작업은 여러 가지 면에서 참신한 경험이었습니다.

따라서 그를 조건 없이 추천하겠습니다.

Outline
1. 글의 목적을 분명히 한다.
2. 인품에 대한 소견을 말한다.
3. 업무에 대한 소견을 말한다.
4. 추천사로 마무리 짓는다.

Từ khoá trọng tâm

··· với tư cách cấp dưới của tôi 저의 밑에서(부하직원으로) ···
thích ứng tốt với ··· ···에 잘 적응하다
giá trị liên tục 지속적인 가치
đúng thời hạn 맞는 기한에
một trải nghiệm mới mẻ 참신한 경험

Tôi kính gửi e-mail này về việc có liên quan đến bạn Jeong Su Dong người đã nộp đơn đăng ký nhập học chương trình Thạc sỹ khoa Quản trị kinh doanh tại quý Cao học. Tôi biết rằng đơn xin nhập học của bạn ấy đang được "xem xét" tại hội đồng tuyển sinh của quý trường. Tôi gửi e-mail này bởi vì tôi là người đã khuyến khích bạn ấy đăng ký. Lý do tại sao tôi khuyến khích là vì tôi đã nghe được đánh giá rất tốt từ hai sinh viên tốt nghiệp chương trình này. Do đó, bất kể quý trường có quyết định như thế nào đối với bạn ấy, tôi cảm thấy có chút trách nhiệm.

Với mục đích xác định lại những gì bạn đã biết qua hồ sơ bạn ấy nộp, tôi có thể nói rằng bạn ấy có năng lực, chân thành, nhiệt tình và có quan tâm sâu sắc đến sự giao tiếp đa văn hóa và giao tiếp quốc tế trong kinh doanh quốc tế của khoa truyền thông. Đây là kết quả của sự tiếp xúc trực tiếp của tôi với bạn ấy với tư cách là một cố vấn và tôi đã quan sát kết quả của sự tham gia của bạn ấy trong chương trình đào tạo mà chúng tôi đang thực hiện tại công ty. Tôi nghĩ rằng bạn Jeong sẽ trở thành một sinh viên có giá trị trong chương trình tuyệt vời của quý trường. Tôi suy nghĩ theo cách này như một người đã dạy ở trường đại học và tham gia vào giáo dục Hàn Quốc trong hơn 22 năm.

Tôi hy vọng quý trường sẽ xem xét lại đơn xin nhập học của bạn ấy.

최근 귀 대학원 경영학 석사 과정에 입학을 신청한 청년 정수동 군의 건으로 이 메일을 드립니다. 그의 입학 신청은 귀교의 입학심사위원회에서 '심층심사' 중이라고 알고 있습니다. 제가 이메일을 드리는 것은 원래 정 군에게 응모를 권한 것이 본인이기 때문입니다. 그 까닭은 저와 관련이 있는 귀 과정의 졸업생 2명으로부터 매우 좋은 평판을 들었기 때문입니다. 이와 같은 사정이기 때문에 귀교에서 그에 대해서 어떠한 조치를 취하셔도 저로서는 약간의 책임을 느끼게 되는 것입니다.

그가 제출한 서류에서 이미 아시는 것을 다시 확인할 목적으로 제 의견을 말씀드린다면 정 군은 유능하고 성실하며 매우 의욕적이고 이문화(異文化) 간의 커뮤니케이션과 국제 커뮤니케이션, 국제 비즈니스에 대해 깊은 관심을 가지고 있을 뿐만 아니라, 날카로운 통찰력 또한 가지고 있다고 말할 수 있습니다. 이것은 그가 소속하는 기관의 고문으로서 제가 그와 직접 접촉한 결과로, 또 저희들이 그의 회사에서 실시하고 있는 교육 프로그램에 그가 참가한 결과를 관찰해보고 안 사실입니다. 정 군은 귀교의 훌륭한 프로그램에 있어서도 귀중한 학생이 되리라고 생각합니다. 대학 수준에서 강의를 맡고 22년 이상 한국 교육에 종사한 자로서 이와 같이 생각하고 있습니다.

정 군의 입학 신청에 대해 재고해 주시기를 바라마지 않습니다.

Outline
1. 글의 목적을 분명히 한다.
2. 글을 쓰고 있는 이유를 설명한다.
3. 추천의 말을 쓴다.
4. 입학 신청에 대한 재고를 바라며 끝맺는다.

 Từ khoá trọng tâm

đơn xin   요청(서)
hội đồng tuyển sinh   입학심사위원회
chút trách nhiệm   약간의 책임
với mục đích xác định lại   다시 확인할 목적으로
hồ sơ   서류

Chapter 3 인사에 관한 이메일

009 새해 인사

"Chúc mừng năm mới 2020"

Chúng tôi rất biết ơn sự quan tâm và ân huệ của ngài trong năm 2019 và chúng tôi hứa sẽ thể hiện sự tiến bộ của công ty chúng tôi trong năm mới. Chúng tôi mong ngài tiếp tục quan tâm đến công ty chúng tôi trong tương lai.

Tôi hy vọng ngài sẽ thành công trong mọi việc muốn hoàn thành, luôn mạnh khoẻ và gặp nhiều may mắn.

Tôi cũng xin chúc gia đình ngài luôn bình an.

"2020년 새해 복 많이 받으세요"

2019년 한 해 당사에 보내주신 관심과 은혜에 감사드리며, 다가오는 새해에는 더욱 발전된 모습을 보여드릴 것을 약속드립니다. 당사에 대한 변함없는 관심 부탁드립니다.

이루고자 하시는 일 모두 건승하시고, 건강과 행운이 늘 함께하시길 진심으로 바랍니다.

가정에도 늘 평안이 깃드시기를 기원합니다.

Outline

1. 지난해에 대해 감사 인사를 한다.
2. 새해 다짐과 함께 여전한 관심을 부탁한다.
3. 상대방에게 좋은 일이 있기를 기원하는 인사말을 한다.

 Từ khoá trọng tâm

chúc mừng 축하하다
sự quan tâm và ân huệ 관심과 은혜
trong tương lai 미래에
trong mọi việc 모든 일에서

Tôi vui mừng thông báo với anh rằng từ hôm nay, tôi chuyển từ công ty điện tử Maeil sang công ty tiếp thị GMP và được bổ nhiệm làm giám đốc thường trực. Ông Song Ki Moon sẽ được nhậm chức trưởng phòng PR với tư cách người kế nhiệm tôi.

Được làm việc tại Phòng Quảng cáo trong suốt sáu năm là một niềm vui lớn cũng như là một kinh nghiệm cho tôi. Nhân cơ hội này tôi muốn gửi lời cảm ơn đối với sự ủng hộ của các bạn dành cho tôi trong thời gian qua và chúng ta đã cùng làm việc rất vui vẻ.

Người kế nhiệm tôi ông Song, trước đây từng là quản lý quảng cáo, có nhiều kinh nghiệm trong các mối quan hệ công chúng. Ông ấy sẽ đáp ứng linh hoạt với nhiệm vụ mới. Tôi sẽ rất vui nếu các bạn sẽ hợp tác hỗ trợ với ông ấy như các bạn đã làm với tôi.

Rất mong được gặp lại các bạn, tôi chúc công việc các bạn luôn suôn sẻ.

금일부터 매일전자회사에서 GMP 마케팅사로 옮기게 되었고, 이사로서 새로운 임무에 취임케 된 것을 알려드립니다. 후임으로서 송기문 씨가 홍보부장에 취임할 것입니다.

지난 6년간 홍보부에서 일할 수 있었던 것은 커다란 기쁨이었던 동시에 좋은 경험이었습니다. 여러분과 함께 매우 즐겁게 일할 수 있었으며 그동안 저에게 베풀어주신 호의에 대해서 이 기회에 감사의 말씀을 드리고 싶습니다.

후임 송 씨는 이전에 광고부장을 지냈으며 홍보 관계에는 풍부한 경험을 갖고 있습니다. 새 임무에 취임함에 있어서 유연하게 대응해갈 것입니다. 재직 중 저에 대해서 여러분이 지원 협력을 아끼지 않으시고 친절하게 해주신 것과 마찬가지로 송 씨에게도 베풀어주시면 매우 기쁘겠습니다.

다시 뵙게 되길 고대하면서 그때까지 여러분의 더 많은 활약을 빌어마지 않습니다.

Outline

1. 전임하게 된 것과 후임자를 말한다.
2. 재직 중의 호의에 감사한다.
3. 후임자에 대한 선처를 부탁한다.
4. 금후의 교제가 이루어지길 바라면서 끝맺는다.

 Từ khoá trọng tâm

thông báo với A rằng B A에게 B라고 알리다
tư cách người kế nhiệm 후임으로서
trước đây từng là … 이전에 …을 경험하다
hợp tác hỗ trợ 협력과 지원

Mọi người

Tôi sẽ trở về Hàn Quốc để trị bệnh. Giám đốc mới sẽ được bổ nhiệm như người kế nhiệm tôi nhưng cho đến thời điểm đó, ông Kim Sang Soo sẽ làm việc như một người đại diện.

Dù đó là một khoảng thời gian ngắn, nhưng tôi muốn bày tỏ lòng biết ơn sâu sắc nhất của tôi đối với các bạn trong thời gian tôi ở Việt Nam. Xin vui lòng hỗ trợ cho ông Kim và người kế nhiệm ông khi người kế nhiệm của tôi khi ông ấy được bổ nhiệm.

Tôi rất tiếc là tôi không thể đích thân đ ến và nói lời tạm biệt.

Quản lý Hong Han Pyo

여러분

신병으로 인하여 한국으로 귀국하게 되었습니다. 후임으로 새로운 출장소 소장
이 부임하게 되어 있습니다만, 그때까지는 김상수 씨가 대리 근무를 할 것입니다.

짧은 기간이었습니다만, 베트남 주재 중에 귀하를 비롯하여 여러분으로부터 받
은 후의에 대해서 심심한 사의를 표합니다. 변함없는 지원을 김 씨에게 그리고 후
임자가 부임했을 때는 그 후임자에게 베풀어주시기 바랍니다.

신병으로 인하여 직접 찾아뵙고 작별 인사를 드리지 못했음을 유감스럽게 생
각합니다.

홍한표 관리자

Outline

1. 귀국이 결정되었음을 알리고 후임
   자에게 대해서 언급한다.
2. 재임 중의 후의에 대해서 선처를
   부탁한다.
3. 직접 찾아가서 인사하지 못함을
   사과하고 끝맺는다.

 Từ khoá trọng tâm

mọi người 모든 사람들(여러분)
trị bệnh 병의 치료
một khoảng thời gian ngắn 짧은 기간
bày tỏ lòng ⋯ ⋯의 마음을 표하다
tiếc là ⋯ ⋯라서 아쉽다/유감이다

Anh Phạm Bảo Long kính mến

Để cải thiện công việc cho công ty, tôi muốn thông báo về sự thay đổi của người phụ trách như sau.

1. Ông Hong Sung Sik được bổ nhiệm làm thủ quỹ của khách hàng.

2. Cô Kim Suc Ja được bổ nhiệm làm chủ nhiệm kế toán như người kế nhiệm Lee Myung Ok.

Không có thay đổi nào khác. Vui lòng tham khảo danh sách người phụ trách của công ty bao gồm các thay đổi ở trên. Tôi nghĩ rằng với hệ thống mới này, có thể đáp ứng tốt hơn cho các đơn hàng.

Tôi rất cảm ơn các bạn đã hiểu và hợp tác đối với sự thay đổi này.

Xin chân thành cảm ơn.

Song Tae Kyeong
Trưởng phòng

친애하는 Phạm Bảo Long 씨

귀사에 대한 업무의 개선을 도모하기 위해 다음과 같이 담당자의 변경이 있었
기에 통지해 드립니다.

　1. 홍성식 씨는 고객 회계 부주임으로 임명되었습니다.

　2. 김숙자 씨는 이명옥 씨의 후임으로서 경리 주임이 되었습니다.

이 이외의 담당 변경은 없습니다. 상기 변경을 포함한 귀사 담당자 일람표를 첨
부하였으니 참조하시기 바랍니다. 이 신체제로 귀사로부터의 주문에 대해서도 한
층 매끄러운 대응이 가능해지리라고 생각합니다.

이 변경을 이해하시고 협력해주시면 매우 고맙겠습니다.

감사합니다.

송태경

부장

Outline

1. 업무 담당자의 변경을 알린다.
2. 업무의 안정을 강조한다.
3. 이해와 협력을 구하면서 끝을 맺
　는다.

 Từ khoá trọng tâm

cải thiện công việc 업무의 개선

người phụ trách 담당자

thay đổi nào khác 그 외의 변경

tham khảo danh sách 일람표를 참고하다

đơn hàng 주문

Xin chân thành cảm ơn 진심으로 감사드립니다. (이메일의 마지막에 주로
위치한다)

013 회사 기념파티 초대

Tôi chính thức mời bạn đến tiệc chiêu đãi mà trước đây tôi đã nói với bạn khi chưa có thông tin chính thức. Ngày giờ là thứ 6 ngày 1 tháng 5 từ 2 giờ chiều đến 4 giờ chiều ở sảnh chính của khách sạn New Crown. Tôi định tổ chức vào ngày Quốc tế lao động cho thích hợp với chủ đề của cuộc họp này là 「Lao động」. Tôi đã cố gắng sắp xếp để những người bận rộn có thể tham dự được sự kiện này.

Mục đích bề ngoài của cuộc họp này là để kỷ niệm 15 năm thành lập của công ty chúng tôi. Nhưng mục đích thực sự là truyền đạt lòng biết ơn của chúng tôi đến tất cả những người quan trọng đã giúp đỡ chúng tôi trong nhiều năm qua và để có một cuộc trò chuyện thú vị với các bạn trong một bầu không khí thoải mái. Tôi nghĩ rằng cuộc họp này sẽ là một cơ hội tuyệt vời để nhân viên của công ty chúng tôi gặp các nhà tài trợ - những người thông thường không thể gặp nhau được.

Tôi đã nhờ ông giám đốc, Kim Soon Ki của công ty Ô tô Seoul, phát biểu ngắn gọn như một đại diện khách hàng. Ông Kim là một người bạn tốt và cố vấn tốt của tôi trong hơn 20 năm. Tôi nghĩ rằng lời nói của ông ấy sẽ khiến tâm trạng của các bạn tốt hơn. Bữa tiệc này được tổ chức để chúng tôi có nhiều thời gian nói chuyện chia sẻ cùng các bạn.

Tôi biết các bạn bận rộn, nhưng tôi sẽ cảm ơn nhiều nếu các bạn tham gia được bữa tiệc của chúng tôi.

이미 비공식적으로 말씀드렸던 리셉션에 정식으로 초대합니다. 일시는 5월 1일 금요일 2시에서 4시까지, 장소는 뉴 크라운 호텔 메인홀입니다. 날짜는 이 모임의 주제인 「근로」에 어울리게 (근로자의 날에) 맞추었습니다. 다망하신 분들이 일에 지장 없이 출석하실 수 있도록 배려했습니다.

이 모임의 목적은 명목상으로는 당사의 창업 15주년을 축하하는 데 있습니다. 그러나 실제의 목적은 지금까지 여러 해 동안 신세를 진 중요한 분들을 모시고 저희들의 감사의 마음을 전달함과 아울러 여러분과 부드러운 분위기에서 즐겁게 환담하려는 데 있습니다. 당사 사원에게도 평소 좀처럼 만나 뵐 기회가 없는 후원자들과 만날 수 있는 좋은 기회가 되리라고 생각합니다.

서울 자동차사의 김순기 사장님께 손님 대표로서 간단한 연설을 해주시도록 이미 부탁해 놓았습니다. 저에게 있어서 김 씨는 20여 년 동안 좋은 친구이며 좋은 고문이었습니다. 그의 말씀은 당사가 신세를 지고 있는 여러분의 기분을 잘 대변해주리라고 생각합니다. 이 파티는 여러분과의 환담 시간을 충분히 갖도록 짜였습니다.

바쁘신 중에 죄송합니다만 저희 파티에 참석해주시면 고맙겠습니다.

Outline
1. 파티의 일시. 장소와 정식 초대를 알린다.
2. 파티의 목적을 설명한다.
3. 파티의 내용과 주빈을 소개한다.
4. 참석을 바라면서 끝맺는다.

Từ khoá trọng tâm

tiệc chiêu đãi 리셉션 행사
sảnh chính 메인 홀
cho thích hợp với … …에 어울리기 위해
mục đích bề ngoài 명목상 목적, 표면적인 목적
mục đích thực sự 실제 목적
cuộc trò chuyện 환담, 이야기
ngắn gọn 간결하고 정갈된
đại diện khách hàng 손님 대표
khiến … …하게 하다

Anh Lê Duy Khánh kính mến

Tôi xin mời anh tham dự "Hội nghị các nhà xuất khẩu Đông Nam Á" được tổ chức từ ngày 14 tháng 4 tại thành phố Hồ Chí Minh.

Cuộc họp sẽ được thông qua ngày 16 tháng 4 và được cấu trúc trong một loạt các cuộc thảo luận sẽ giúp chúng ta hiểu xu hướng thị trường gần đây ảnh hưởng đến công việc hàng ngày như thế nào. Thêm vào đó, như một phần trong các hoạt động cuộc họp này, chúng tôi sẽ thực hiện một chuyến tham quan trung tâm container tại thành phố Hồ Chí Minh với một hướng dẫn viên vào ngày 16 tháng 4. Vui lòng tham khảo dữ liệu tôi đính kèm về chương trình đơn giản của cuộc họp này.

Tôi rất mong được gặp anh tại thành phố Hồ Chí Minh.

Xin chân thành cảm ơn.

Shin Bong Su, Trưởng phòng
Đính kèm

친애하는 Lê Duy Khánh 씨

호치민에서 4월 14일부터 개최되는 「동남아시아 수출업자 회의」에 초대합니다. 회의는 4월 16일까지이며 우리들의 매일의 작업에 영향을 주는 최근의 시장 동향을 이해하는 데 도움이 될 일련의 토의로 짜여 있습니다. 이에 더해 이번 회의 활동의 일환으로 4월 16일에는 호치민의 콘테이너 센터의 견학을 안내인과 함께 실시합니다. 회의의 간단한 프로그램을 첨부하겠으니 참고하시기 바랍니다.

호치민에서 뵙기를 고대하겠습니다.

감사합니다.

신봉수, 과장

첨부

Outline

1. 언제, 어디서, 무슨 회의가 열리고 있는지 알리고 초대한다.
2. 회의의 세부내용과 그 목적을 말한다.
3. 참가 방법을 설명한다.
4. 적극적인 표현으로 끝맺는다.

 Từ khoá trọng tâm

A xin mời B A가 B를 초대하다

từ … …(기간)부터

tại … …(장소)에서

dữ liệu 자료

đính kèm 첨부하다

「Hội nghị đại lý bán hàng Đông Nam Á lần thứ 7」 sẽ được tổ chức tại Seoul từ ngày 24 đến ngày 27 tháng 7. Tôi nghĩ cuộc họp này sẽ là một cơ hội tuyệt vời để trao đổi ý kiến của các đại lý bán hàng ở Đông Nam Á.

Mục đích của cuộc họp này là:

1. Làm rõ các chính sách tiếp thị và bán hàng của chúng tôi ở Đông Nam Á.

2. Thảo luận về chiến lược bán hàng thực tế bằng phương pháp 「nghiên cứu trường hợp cụ thể」.

3. Nâng cao kiến thức về sản phẩm qua các chuyến đi thực địa đến các nhà máy của chúng tôi tại Hàn Quốc.

4. Nâng cao tinh thần đoàn kết hữu nghị như một thành viên trong nhóm.

Chúng tôi tin rằng cực kỳ quan trọng và cần thiết nếu các bạn tham dự cuộc họp này. Hãy chắc chắn tham dự. Vui lòng gửi lại tờ giấy đính kèm và xác nhận sự tham gia.

Tôi mong được gặp các bạn tại địa điểm họp Seoul.

「제7회 동남아시아 판매 대리점 회의」가 7월 24일부터 27일까지 서울에서 개최됩니다. 이 회의는 동남아시아 지역의 판매 대리점 여러분에게 있어서 절호의 의견 교환 기회가 되리라고 생각됩니다.

이 회의의 목적은 다음과 같습니다.

1. 당사의 동남아시아 지역에 있어서의 마케팅 및 판매 방침을 분명히 하는 것.

2. 「사례연구」식 방법에 의해서 실제적인 판매 전략을 토의하는 것.

3. 한국의 당사 공장 견학을 통해서 제품 지식을 깊게 하는 것.

4. 우호 친선을 도모하여 같은 그룹 소속원으로서의 일체감을 깊게 하는 것.

당사에서는 여러분이 이 회의에 참석하시는 것이 지극히 중요하고 불가결하다고 생각합니다. 반드시 참석하시도록 부탁합니다. 첨부한 용지를 반송해서 참가를 확인해주시기 바랍니다.

서울의 회의장에서 만나뵙기를 고대하겠습니다.

Outline

1. 언제, 어디서, 무슨 회의가 열리고 있는지 알리고 초대한다.
2. 회의의 목적을 말한다.
3. 참가 요청과 신청 방법을 설명한다.
4. 적극적인 표현으로 끝맺는다.

 Từ khoá trọng tâm

đại lý bán hàng 판매 대리점

lần thứ 7 제7회

làm rõ 분명히 하다

chính sách tiếp thị và bán hàng 마케팅 및 판매 정책

xác nhận 확인하다

016 서비스센터 개소식 참석 알림

Anh Nguyễn Văn Linh kính mến

Tôi rất vui khi nhận được lời mời của anh tới dự lễ khai trương Trung tâm dịch vụ vào ngày 21 tháng 12 năm 2019.

Tôi rất vinh dự khi có thể tham gia vào thời khắc lịch sử này.

Tôi rất mong được gặp anh vào ngày đó.

일상생활 I

친애하는 Nguyễn Văn Linh 씨

2019년 12월 21일의 서비스 센터 개소식(開所式)에 대한 초대를 대단히 기쁘게 수락합니다.

이 역사적인 순간에 입회할 수 있는 것을 참으로 영광으로 생각합니다.

그럼 당일 뵙게 되길 고대하겠습니다.

Outline
1. 초대를 수락하고 상대방에게 찬사를 보낸다.
2. 적극적인 표현으로 끝맺는다.

 Từ khoá trọng tâm

lời mời 초대

trung tâm dịch vụ 서비스 센터

thời khắc lịch sử 역사적인 순간

được … …하게 되다

ngày đó 그 날(당일)

Anh Phạm Hồng Sơn kính mến

Tôi rất biết ơn lời mời của anh đến lễ khai trương Trung tâm Hoa Nam.

Thật không may, do lịch trình trong tháng 12, tôi không thể tham dự sự kiện này. Tôi không thể rời Seoul vào những ngày đó do việc khẩn cấp không thể thay đổi được. Xin hãy thông cảm cho tôi.

Cảm ơn anh một lần nữa vì lời mời. Tôi hy vọng rằng hai công ty sẽ tiếp tục duy trì mối quan hệ kinh doanh chặt chẽ.

Xin chân thành cảm ơn.

Kang Dong Su
Giám đốc thường trực

친애하는 Phạm Hồng Sơn 씨

　　Hoa Nam 센터 개소식(開所式)에 초대해주신 데 대해서 심심한 사의를 표합니다.

　　유감스럽게도 12월에 있는 스케줄 때문에 이 경사스러운 행사에 참석할 수가 없습니다. 변경할 수 없는 긴급한 용건 때문에 그 무렵에는 서울을 떠날 수가 없습니다. 부디 사정을 양해하시기 바랍니다.

　　초대해주신 데 대해서 거듭 감사를 드립니다. 금후에도 양사 사이에 긴밀한 거래 관계가 계속되길 바라마지 않습니다.

　　감사합니다.

강동수

이사

Outline

1. 초대에 대한 사례를 한다.
2. 불참의 뜻을 알리고 양해를 구한다.
3. 재차 사례하고 적극적인 결어로 끝맺는다.

 Từ khoá trọng tâm

lễ khai trương 개소식
thật không may 불행하게도
do … … 때문에
khẩn cấp 긴급한
duy trì mối quan hệ 관계를 유지하다

018 회의 불참 알림

Tôi muốn bày tỏ lòng biết ơn chân thành của tôi đối với anh vì đã cân nhắc trong Hội nghị Thế giới Công nghiệp bán dẫn và bày tỏ sự hối tiếc sâu sắc nhất của tôi về sự bất tiện đã gây ra cho anh.

Ban đầu tôi được lên kế hoạch đến Mỹ sau cuộc họp này, nhưng lịch trình đã bị đẩy lên sớm hơn vì những lý do nghiêm trọng nên tôi không thể tham dự hội nghị thế giới. Thật không may, do lịch trình kín nên tôi không thể thay đổi vào thời điểm này.

Tôi cũng nghĩ sẽ cử đại lý của tôi thay mặt cho công ty của chúng tôi. Tuy nhiên, tôi nghĩ điều này đòi hỏi một người thông thạo về chủ đề này. Hiện tại không có người như vậy. Xem xét tầm quan trọng của chủ đề, tôi nghĩ tốt hơn là không nên cử người nào khác nếu không có đủ kinh nghiệm.

Tôi bày tỏ lòng biết ơn chân thành của tôi đối với lời mời ban đầu của anh và hiểu cho sự thay đổi lịch biểu do lịch trình của tôi. Mong anh hiểu cho lý do không tham gia của tôi.

반도체 산업 세계 회의에 제가 참석하도록 배려해주신 데 대해 심심한 감사를 드리며, 불편을 끼치게 된 데 대해 또 다시 유감의 뜻을 표하고 싶습니다.

원래 이 회의 후에 미국에 건너갈 예정이었습니다만 그 예정이 중대한 용건 때문에 앞당겨져서 세계 회의를 불참할 수밖에 없습니다. 참으로 유감스럽게도 예정이 촉박하기 때문에 현 시점에서는 어떻게도 변경이 불가능한 상태입니다.

당사를 대표해서 저의 대리인을 보내려고도 생각했습니다. 그러나 이것에는 해당 주제에 관해서 충분히 정통한 자가 필요하다고 생각합니다. 현재는 그러한 유자격자가 없습니다. 주제의 중대성을 고려한 결과 불충분한 경험밖에 갖지 않은 사람이라면 차라리 보내지 않는 편이 낫다고 생각합니다.

본래의 초대 및 저 때문에 일정을 변경해주신 데 대해 재차 심심한 사의를 표합니다. 부디 불참의 사유를 양해하시기 바랍니다.

Outline

1. 지금까지의 경위에 대해 언급하고 상대방의 배려에 대해 감사를 표시한다.
2. 재 초대에 대해서도 불참한다는 것을 알린다.
3. 대리할 적임자가 없다는 것을 알린다.
4. 재차 사례하는 것으로 끝맺는다.

 Từ khoá trọng tâm

lịch trình 여정
bị đẩy lên sớm hơn 앞당겨지다
thay mặt cho công ty 회사를 대신하다(대표하다)
tuy nhiên 그러나
không nên … …하지 않는 것이 낫다

Part 02 일상생활 II

019 연구소 견학에 대한 사례

Anh Hoàng Hiệp kính mến

Cảm ơn anh rất nhiều vì sự chuẩn bị tiếp đãi chu đáo trong chuyến đi quan sát thực tế phòng thí nghiệm của tôi. Cuộc thảo luận với các nhà nghiên cứu và nghiên cứu thực địa rất hữu ích. Nhờ đó, tôi đã có thể nhận được những tác động và khuyến khích mới về nghiên cứu của tôi.

Cảm ơn anh đặc biệt dành thời gian buổi tối cho tôi . Tôi hy vọng sẽ có cơ hội trở lại sớm.

Tôi xin đính kèm tài liệu về cuộc thảo luận của chúng ta. Vui lòng tham khảo.

Cuối cùng, xin hãy gửi lời hỏi thăm của tôi đến các mọi người ở viện nghiên cứu.

Xin chân thành cảm ơn.

Jeong Sang Gu
Phó giam đốc viện nghiên cứu phát triển

친애하는 Hoàng Hiệp 씨

귀 연구소 방문 시에 여러 가지로 배려를 해주셔서 매우 고마웠습니다. 견학과 거기에 이은 연구원 여러분과의 토론은 매우 유익했습니다. 덕분에 저의 연구에 대해서 새로운 자극과 격려를 얻을 수 있었습니다.

특히 저녁을 함께 할 시간을 내주셔서 고마웠습니다. 머지않아 답례의 기회가 있기를 바랄 뿐입니다.

우리의 토론에 관한 자료를 첨부합니다. 참고가 되길 바랍니다.

끝으로 연구소의 여러분께 안부 전해주시기 바랍니다.

감사합니다.

정상구

R&D 이사

Outline

1. 대접에 대해 전반적인 사례를 한다.
2. 특별한 호의에 대한 사례와 답례를 원하는 기분을 전한다.
3. 자료를 첨부한다는 것을 알린다.
4. 모두에게 안부를 부탁하는 것으로 끝맺는다.

 Từ khoá trọng tâm

chuyến đi quan sát thực tế 견학하는 것
cuộc thảo luận 토론
hữu ích 유익한
nhờ đó 그 덕분에
hy vọng sẽ có cơ hội 기회가 있기를 바라다

Anh Vũ Nam Sơn kính mến

Tôi rất vui được có cơ hội gặp anh khi anh ở Seoul.

Cảm ơn anh vì đã gửi tài liệu sản phẩm của công ty anh một cách nhanh chóng. Chúng tôi hiện đang bắt đầu xem xét khả năng hợp tác của chúng ta với việc tiếp thị của anh tại thị trường Hàn Quốc.

Tôi sẽ thông báo cho anh thông tin ngay nếu có bước tiến triển mới.

Xin chân thành cảm ơn.

Park Il Su

친애하는 Vũ Nam Sơn 씨

귀하가 서울에 체재하고 계실 동안 귀하를 만나뵐 기회를 가져 기뻤습니다.

귀사 제품에 관한 자료를 조속히 보내주셔서 고맙습니다. 귀사의 한국 시장 마케

팅과 관련 당사의 협조 가능성에 대해서 이제 검토를 시작하려고 합니다.

무엇인가 진전이 있는 대로 새로운 정보를 알리겠습니다.

감사합니다.

박일수

Outline
1. 예전의 만남을 언급한다.
2. 자료에 대한 사례와 검토에 대한
   의욕을 말한다.
3. 진전이 있으면 알리기로 하고 끝
   을 맺는다.

 Từ khoá trọng tâm

tài liệu 자료
một cách nhanh chóng 조속히, 빠르게
hiện đang 현재 당장
ngay 즉시
tiến triển 진전

Anh Phạm Hồng Thái kính mến

Cảm ơn anh đã chúc mừng chúng tôi về việc bắt kịp với công ty IRVING trong tổng doanh thu năm ngoái. Thành tựu này không thể đạt được nếu không có những thành tựu nổi bật của một số đại lý bán hàng như của anh.

Chúng tôi sẽ cố gắng có một năm tốt đẹp hơn cho tất cả chúng ta trong năm nay, vì vậy hãy tiếp tục ủng hộ và hợp tác.

Xin chân thành cảm ơn.

Kim Jin Do
Phó giám đốc điều hành
Phòng Việt Nam

친애하는 Phạm Hồng Thái 씨

작년의 총 매출액에서 어빙사를 따라잡은 데 대해서 일부러 축하를 해주셔서 고맙습니다. 이 업적은 귀사와 같은 여러 판매 대리점의 뛰어난 공적이 없었다면 도저히 달성하지 못했을 것입니다.

금년도 우리 모두에게 보다 훌륭한 해가 되도록 노력할 결심이므로 계속적인 지원과 협력을 거듭 부탁드리겠습니다.

감사합니다.

김진도

이사

베트남 부서

Outline

1. 축하에 대한 사례와 상대방의 공헌에 감사를 한다.
2. 금후의 포부를 말하고, 계속적인 협력을 바라면서 끝을 맺는다.

 Từ khoá trọng tâm

bắt kịp 따라잡다
tổng doanh thu 총 매출액
thành tựu này 이 업적
nổi bật 뛰어난
tất cả chúng ta 우리 모두

Anh Trịnh Đăng Kiên kính mến

Cảm ơn anh một lần nữa vì đã dành thời gian tham dự lễ kỷ niệm lần thứ 15 của chúng tôi. Vì có thể ăn mừng ngày tốt lành này với những người bạn như anh, nên tôi nghĩ rằng sự kiện này trở nên có ý nghĩa hơn rất nhiều.

Tôi mong muốn có cơ hội để trả ơn này vào một thời điểm hợp lý nào đó.

Chúc anh thành công và hạnh phúc.

Jeon Tae Gil
Giám đốc

친애하는 Trịnh Đăng Kiên 씨

당사의 창립 15주년 기념식에 시간을 내서 참석해주신 데 대해서 재차 감사를 드립니다. 이 경사스러운 날을 귀하와 같은 친구들과 함께 축하할 수 있어서 식이 한층 뜻 깊은 것이 되었습니다.

언젠가 적절한 시기에 이번 호의에 답례할 기회가 있으면 고맙겠습니다.

그동안 귀하의 성공과 행복을 빕니다.

전태길

대표

Outline
1. 참석에 대한 사례를 한다.
2. 행복을 빈다.

 Từ khoá trọng tâm

Cảm ơn ~ một lần nữa 재차 감사드립니다

lễ kỷ niệm 기념식

những người … …한 사람들

có ý nghĩa hơn 더 의미 있는

một thời điểm hợp lý nào đó 언젠가 적절한 시기

Anh Nguyễn Hoài Thanh kính mến

Cảm ơn anh đã gửi thông tin hữu ích về luật phân biệt đối xử về giá và luật chống độc quyền. Nó sẽ giúp chúng tôi thiết lập giá ở nước ngài.

Tôi cũng muốn cảm ơn anh đã giới thiệu anh Phạm Thanh Tùng. Tôi muốn chúng ta gặp mặt khi tôi ở Việt Nam. Mong anh có những chuẩn bị cần thiết vào thời điểm đó.

Chúng tôi sẽ trả lời đề xuất của anh về hình thức liên minh kinh doanh của dự án thành lập nhà máy ngay sau khi chính sách phù hợp được quyết định.

Xin chân thành cảm ơn.

Kim Jeong Tae
Trưởng phòng
Phòng pháp luật

친애하는 Nguyễn Hoài Thanh 씨

가격차별과 독점 금지법에 관한 흥미 있는 정보를 보내주셔서 고마웠습니다. 귀국에서의 가격 설정에 크게 도움이 될 것입니다.

또 Phạm Thanh Tùng 씨를 소개해주신 것에도 감사를 드립니다. 다음 호치민 방문 시 서로 형편이 좋을 때 만나고 싶습니다. 그때 필요한 준비들을 해주시기 바랍니다.

공장 설립 프로젝트의 사업 제휴 형태에 관한 귀하의 제안에 관해서는 타당한 방침이 결정되는 대로 답장하겠습니다.

감사합니다.

김정태

과장

법무팀

Outline

1. 자료 발송에 대한 사례를 한다.
2. 인물 소개에 대한 사례를 하고, 아울러 면담 준비를 의뢰한다.
3. 결과가 불확정한 제안에 대한 경과 보고를 한다.

 Từ khoá trọng tâm

độc quyền 독점권
thiết lập giá 가격을 설정하다
đề xuất 제안
hình thức liên minh kinh doanh 사업 제휴 형태
dự án 프로젝트
quyết định 결정하다

024 미지불금 사과

Anh Bùi Hồng Thái kính mến

Theo yêu cầu của anh về phí tư vấn pháp lý cho tháng 6 năm 2019 $6,200, chúng tôi đã ngay lập tức đối chiếu với hồ sơ ghi chép của chúng tôi.

Kết quả, chúng tôi xác nhận rằng $6,200 đã không được chuyển do lỗi của chúng tôi.

Hôm nay chúng tôi đã chuyển đến tài khoản ngân hàng Viettin bằng chuyển khoản điện tử.

Tôi xin lỗi vì bất kỳ sự bất tiện nào mà điều này có thể gây ra.

Tôi mong muốn được tiếp tục làm việc với anh trong tương lai.

Hong Jae Gil
Trưởng phòng
Phòng kế toán nước ngoài

친애하는 Bùi Hồng Thái 씨

2019년 6월분의 법률 자문비 6,200달러 미지급에 관한 귀하의 문의에 즉시 당사의 기록과 대조하였습니다.

그 결과 당사의 실수로 인하여 6,200달러가 송금되지 않았음이 확인되었습니다.

금일 Viettin 은행의 계좌에 전신환으로 불입했습니다.

이 건에 관해 불편을 끼쳐 드린 데 대하여 사과를 드립니다.

이후에도 귀하와 함께 일하는 기쁨을 고대하겠습니다.

홍재길

과장

해외 회계

Outline

1. 독촉을 받고 즉시 조사했음을 알린다.
2. 조사 결과와 대응을 알린다.
3. 간단히 사과한다.
4. 거래를 계속하기를 바라면서 끝을 맺는다.

 Từ khoá trọng tâm

tư vấn 자문
ngay lập tức 즉시
đối chiếu 대조하다
lỗi 실수, 오류
tài khoản ngân hàng 은행 계좌

025 청구서 중복발행 사과

Đây là câu trả lời cho vấn đề thanh toán kép mà ngài đã chỉ ra trong email ngày 11 tháng 2.

Như ngài đã chỉ ra, hóa đơn số 01807-J đã bị trùng với những mặt hàng ở hóa đơn số 10732-J. Vui lòng bỏ qua hóa đơn số 01807-J và chỉ thanh toán cho hóa đơn số 10732-J.

Tôi xin lỗi vì sự bất tiện do lỗi này và tôi sẽ cố gắng hết sức để ngăn chặn lỗi này không tái phạm.

Cảm ơn sự nhẫn nại và hợp tác của bạn.

Song Dong Ho
Trợ lý
Phòng kế toán

이 이메일은 귀하가 2월 11일자 이메일에서 지적하신 이중 청구 문제에 대한 답장입니다.

지적하신 대로 인보이스 No. 01807-J는 확실히 인보이스 No. 10732-J에 의해서 이미 청구한 품목과 중복하고 있었습니다. 인보이스 No. 01807-J는 무시하고 No. 10732-J에 대해서만 지불하시기 바랍니다.

금번의 사무상의 과오로 폐를 끼쳐드린 데 대해서 사과하며 재차 이와 같은 착오가 일어나지 않도록 최선을 다하겠습니다.

귀사의 인내와 협력에 대해서 감사를 드립니다.

송동호

대리

회계부

Outline
1. 상대방으로부터 지적을 받았음을 알린다.
2. 과오를 인정하고 해결안을 말한다.
3. 간단히 사과한다.
4. 협력을 구하면서 끝을 맺는다.

 Từ khoá trọng tâm

thanh toán 계산하다

kép 이중(더블)

hóa đơn 영수증, 계산서, 인보이스

Phòng kế toán 회계부

Anh Nguyễn Quốc Bảo kính mến

Cảm ơn anh đã trả lời nhanh chóng các câu hỏi về ghi chép số tiền là $ 8,950 chưa thanh toán của chúng tôi.

Chúng tôi đã kiểm tra với ngân hàng Vietin dựa trên thông báo của anh và xác nhận rằng số tiền đã nhận được đúng hạn vào ngày 4 tháng 7. Điều này đã không được báo cáo cho chúng tôi do lỗi ngân hàng.

Tôi hiểu rằng điều này đã gây ra cho anh một sự bất tiện lớn, nhưng mong hãy thông cảm cho của chúng tôi.

Cảm ơn anh một lần nữa vì sự hợp tác tích cực.

Jeon Hye Seon
Trợ lý

친애하는 Nguyễn Quốc Bảo 씨

당사의 기록으로 8,950달러가 미지급으로 되어 있는 건에 대한 문의에 신속히 답장을 보내주신 것에 감사를 드립니다.

귀하의 통지에 의거하여 Vietin 은행에 조회했던 바 7월 4일 제시간에 금액이 수령되었음이 확인됐습니다. 이것은 은행 측의 실수로 인하여 당사에 보고되지 않았습니다.

이 건이 귀하에게 폐를 끼친 것을 충분히 압니다만 부디 사정을 양해하시기 바랍니다.

귀하의 적극적인 협력에 재차 감사드립니다.

전해선

대리

Outline

1. 답장을 받았음을 알리고 사례한다.
2. 조사결과를 알린다.
3. 폐를 끼친 데 대해서 사과한다.
4. 상대방의 협력에 감사하면서 끝을 맺는다.

 Từ khoá trọng tâm

dựa trên 의거하다
số tiền 금액
gây ra cho … …에 영향을 끼치다
tích cực 적극적인, 긍정적인

Chapter 3 축하에 관한 이메일

027 사장 취임 축하

Tôi rất vui mừng khi biết rằng ngài đã được bổ nhiệm làm CEO.

Xin chúc mừng ngài. Tôi vui mừng rằng ngài, người có khả năng, được bổ nhiệm làm vị trí quan trọng.

Tôi mong đợi một mối quan hệ gần gũi hơn trong tương lai.

대표이사로 취임하신다는 소식을 듣고 기뻤습니다.

충심으로 축하의 말씀을 드립니다. 귀하와 같은 능력 있는 분이 요직에 취임하신

다는 것은 마음이 든든합니다.

이후 한층 더 긴밀한 교제를 기대합니다.

Outline
1. 승진 소식을 들은 기쁨을 알린다.
2. 정식으로 축하 인사를 한다.
3. 추후의 협력을 부탁하며 끝을 맺
   는다.

 Từ khoá trọng tâm

khi ⋯ ⋯ 때
người có khả năng 능력 있는 사람
vị trí quan trọng 요직
mong đợi 기대하다
gần gũi hơn 더 긴밀한

Tôi chân thành chúc mừng anh đã được thăng chức.

Hôm nay tôi vừa nghe từ ông Dũng trưởng phòng bán hàng của công ty anh.

Xem xét tài năng của anh và những nỗ lực thường ngày của anh trong mọi lĩnh vực, tôi nghĩ việc thăng chức nhanh này là điều không mấy ngạc nhiên.

Tôi hy vọng anh sẽ tiếp tục làm việc tốt.

충심으로 승진을 축하합니다.

오늘 귀사의 영업 담당부장인 Dũng 씨에게서 방금 소식을 들었습니다.

모든 분야에서 발휘되었던 귀하의 재능과 평소의 노력을 생각하면 이 이례적인

빠른 승진도 당연하다고 생각됩니다.

금후도 계속 활약하길 바라마지 않습니다.

Outline

1. 축하를 한다.
2. 소식을 알게 해준 사람을 언급한다.
3. 계속적인 활약을 빈다.

 Từ khoá trọng tâm

thăng chức 승진

tài năng 재능

những nỗ lực thường ngày 평소의 노력들

mọi lĩnh vực 모든 영역

ngạc nhiên 경악스러운

Chúc mừng anh đã đạt được mục tiêu doanh số đầu tiên là 10.000 đơn vị. Chúng tôi rất hài lòng với thành tích tuyệt vời này và chúng tôi tràn đầy sự tự tin cho tương lai sau này. Kết quả này, trên tất cả, nó đại diện cho danh tiếng của công ty anh trên thị trường.

Tôi chúc anh sẽ không ngừng may mắn.

첫 매출 목표 1만 대 달성을 충심으로 축하합니다. 이 훌륭한 업적에 저희도 매우 만족하고 있으며 미래에 대해서 자신이 넘칩니다. 이 결과는 무엇보다도 시장에서의 귀사의 평판을 나타낸다고 하겠습니다.

계속적인 건투를 빌어마지 않습니다.

Outline
1. 무엇 때문에 축하하는지 구체적으로 쓴다.
2. 계속적인 건투를 빈다.

 Từ khoá trọng tâm

đạt được 달성할 수 있다
mục tiêu 목표
tuyệt vời 훌륭한, 엄청난
danh tiếng 명성, 평판
may mắn 행운

030 지점 개업 축하

Xin chúc mừng việc khai trương chi nhánh Seoul. Công ty chứng khoán chúng tôi chúc anh thành công trong việc thâm nhập thị trường phức tạp như Hàn Quốc.

Vui lòng liên hệ trực tiếp với tôi nếu anh có điều gì cần chúng tôi giúp đỡ.

서울 지점의 개업을 충심으로 축하합니다. 저희 증권사에서는 귀사가 복잡한 한국 시장에로의 진출에서 커다란 성공을 거두시기를 빌어마지 않습니다.

당사가 도움이 되는 일이 있으면 부디 주저하지 마시고 저에게 직접 연락하시기 바랍니다.

Outline
1. 지점 개업을 축하한다.
2. 지원할 용의가 있음을 알린다.

 Từ khoá trọng tâm

khai trương 개업, 개소
chi nhánh 지점
Công ty chứng khoán 증권사
thâm nhập 진출
trực tiếp 직접

Anh Trịnh Tiến Thành kính mến

Chúng tôi rất vui khi biết rằng đại lý anh đã giành được vị trí dẫn đầu về doanh thu trong nửa cuối năm 2019. Đó là ước mơ lâu dài của chúng tôi để trở thành số một trong thị trường Việt Nam sau khi đánh bại công ty BM. Tôi hoan nghênh anh vì những thành tựu của anh. Thành công này rõ ràng là kết quả của sự chuyên nghiệp những nỗ lực không ngừng của anh.

Tôi chân thành hy vọng rằng anh sẽ có thể duy trì vị trí dẫn đầu trên thị trường.

Xin chân thành cảm ơn.

Hwang Tae Seon
Trưởng phòng bán hàng

친애하는 Trịnh Tiến Thành 씨

2019년도 하반기 매출에 있어서 제1위의 자리를 획득하셨다는 것을 알고 매우 기뻐하고 있습니다. BM사를 따돌리고 베트남 시장에서 1인자가 되는 것은 저희들의 오랜 동안의 꿈이었습니다. 귀사의 업적에 대해서 열렬한 박수를 보내는 바입니다. 이 성공은 분명히 귀하들의 능숙하고 끊임없는 노력의 성과입니다.

애써 획득하신 시장 1위의 위치를 금후도 유지하실 수 있기를 충심으로 바라마지 않습니다.

감사합니다.

황태선

영업부장

Outline
1. 소식을 안 기쁨과 축하를 한다.
2. 무엇에 관한 것인지 구체적으로 쓰고 그 의의와 찬사를 보낸다.
3. 계속적인 건투를 빈다.

 Từ khoá trọng tâm

giành được 획득하다, 차지하다
doanh thu 매출
hoan nghênh 환호하다
hy vọng rằng … …를 바라다, 희망하다
duy trì 유지하다

Chapter 4 문상에 관한 이메일

032 회사에서 회사로 보내는 조문

Tôi cảm thấy rất thương tiếc khi nghe tin trưởng phòng Lâm đột nhiên qua đời. Tôi cũng biết anh ấy có vị trí quan trọng thế nào đối với các bạn dù trên phương diện là một nhà lãnh đạo tuyệt vời hay là với tư cách một người bạn tốt.

Tôi chân thành bày tỏ lời chia buồn với bạn và xin hãy gửi lời chia buồn sâu sắc nhất của tôi đến gia đình và đồng nghiệp của anh ấy.

Lâm 부장이 때아니게 갑자기 사망하셨다는 비보를 접하고 커다란 슬픔을 느끼지 않을 수 없습니다. 훌륭한 지도자로서 또 개인적으로는 친구로서 여러분이나 조직에 있어서 얼마나 소중한 분이었는지 저희도 알고 있습니다.

충심으로 애도의 뜻을 표하는 바이며 가족 및 동료 여러분에게도 저희들의 깊은 애도의 뜻을 전해주시기 바랍니다.

Outline
1. 부고를 받은 슬픔을 알리고 고인을 애도한다.
2. 위로의 말을 전하고 남은 사람들에 대한 조의를 전한다.

 Từ khoá trọng tâm

đột nhiên 갑자기
qua đời 사망하다, 돌아가시다
nhà lãnh đạo 지도자
chia buồn 애도하다, 슬픔을 나누다
đồng nghiệp 동료

Sau khi nhận được tin ông Lâm qua đời, người chúng tôi rất quý trọng, tôi không biết làm thế nào để bày tỏ nỗi buồn này. Tôi biết tầm quan trọng của ông ấy đối với các bạn. Xin vui lòng gửi lời chia buồn chân thành của chúng tôi cho gia đình ông ấy. Tôi hy vọng bạn có thể vượt qua nỗi buồn này bằng cách nào đó.

가장 사랑하는 자당님의 부고에 접한 저희들로서는 이 슬픔을 어떻게 말로 표현해야 좋을지 모르겠습니다. 그분이 귀하에게 있어서 얼마나 소중한 분이었는지 잘 알고 있습니다. 부디 저희들의 심심한 애도의 뜻을 가족 여러분에게도 전해주시기 바랍니다. 귀하가 이 비통한 슬픔을 어떻게든 이겨내실 수 있기를 기원합니다.

Outline
1. 부고를 받은 슬픔을 전한다.
2. 고인의 존재 의의를 되새긴다.

 Từ khoá trọng tâm

tin qua đời 부고
tầm quan trọng 중요성
đối với các bạn 여러분에게 있어서
vượt qua 극복하다
bằng cách nào đó 어떠한 방법으로든

Part 03 비즈니스 I

034 구직 거절 통보

Anh Phan Duy An kính mến

Tôi đã nhận được mong muốn làm việc ở Hàn Quốc và bản lý lịch của anh từ Ông Park của công ty 'thiết bị văn phòng Maeil'. Ông Park cũng khen ngợi bạn nhiều.

Thật không may, e-mail đến ngay sau khi chúng tôi hoàn thành tất cả công việc tuyển dụng của chúng tôi vào năm 2019. Người cuối cùng được cho là sẽ tham gia vào tháng 9. Ngoài ra, chính sách của chúng tôi là phỏng vấn khi tuyển dụng. Đặc biệt là chúng tôi mong anh hiểu rằng chúng tôi chỉ tuyển dụng một người đang tìm kiếm một công việc ổn định lâu dài.

Tuy nhiên, ở Hàn Quốc có những công ty xuất sắc chào đón các hợp đồng ngắn hạn trong một hoặc hai năm. Tôi nghĩ loại công ty này phù hợp hơn với những gì bạn đã nói trong email. Xin vui lòng cho chúng tôi biết điều gì đó chúng tôi có thể làm cho bạn.

Jeong Chang Hyuk
Giám đốc thường trực

친애하는 Phan Duy An 씨

'매일 사무기기'의 박 씨로부터 한국에서 일하고 싶다는 귀하의 의향과 훌륭한 이력서를 받았습니다. 박 씨도 선생으로서 당신을 칭찬하셨습니다.

유감스럽게도 그 이메일이 도착한 것은 2019년도의 채용을 모두 끝마친 뒤였습니다. 제일 나중 사람은 9월에 합류하도록 되어 있습니다. 또한 채용할 때는 반드시 면접을 하는 것이 당사의 방침입니다. 특히 평생직장을 찾고 있는 사람을 구하는 것이 저희들의 생각임을 부디 이해하시기 바랍니다.

그러나 한국의 훌륭한 기업 중에는 1, 2년의 단기 계약자를 환영하는 곳들이 있습니다. 이와 같은 곳이 귀하가 이메일에서 말씀하신 희망에 좀 더 부합하는 것이 아닐까 생각합니다. 무엇인가 저희들이 도와드릴 수 있는 일이 있으면 주저하지 마시고 말씀하시기 바랍니다.

정창혁

이사

Outline

1. 추천인으로부터 이력서를 받았음을 알리고 추천자의 노력에 대해 언급한다.
2. 구직 거절에 대한 이유를 밝힌다.
3. 다른 형태로 가능성이 있음을 알리고 협력을 제의한다.

 Từ khoá trọng tâm

bản lý lịch 이력서
tuyển dụng 채용하다
ngoài ra 그 밖에, 그 외에
công việc ổn định lâu dài 오랜 기간 동안 안정적인 일, 평생직장
hợp đồng ngắn hạn 단기 계약

Anh Lê Quang Huy kính mến

Tôi đã nhận được đơn xin việc của bạn vào tháng Bảy và bảo quản nó trong kho hồ sơ. Không bao lâu nữa sẽ có vị trí tuyển dụng ở các vị trí khác. Chúng tôi muốn biết bạn có muốn trở thành ứng cử viên hay không.

Xin vui lòng cho chúng tôi biết càng sớm càng tốt nếu bạn quan tâm đến việc tìm kiếm một công việc trong công ty của chúng tôi.

Tôi mong nhận được câu trả lời của bạn.

Hyun Bong Chu
Trưởng phòng
Phòng nhân sự

친애하는 Lê Quang Huy 씨

귀하의 취직 신청을 7월에 받았으며 다음을 위해 서류철에 보관해 두었습니다.

머지않아 다른 직책에 빈자리가 생기게 되었습니다. 저희는 귀하가 그 후보로서 검토의 대상이 되는 것을 희망하시는지 여부를 알고자 합니다.

아직 저희 회사에 취직하실 관심이 있으신지 가급적 조속히 알려주시기 바랍니다.

귀하의 호의적인 답장을 고대하겠습니다.

현봉주

과장

인사부

Outline

1. 지금까지의 경위와 새로운 일에 대해 상대방의 의사를 타진한다.
2. 바람직한 답장을 바라면서 끝을 맺는다.

 Từ khoá trọng tâm

đơn xin việc 취직 신청(서)
ứng cử viên 후보자
càng sớm càng tốt 빠를수록 좋다
quan tâm đến … …에 관심이 있다
tìm kiếm một công việc 직업을 찾다
Phòng nhân sự 인사부

Bùi Mai Hồng thân mến

Cảm ơn bạn rất nhiều vì đã gọi điện và gửi cho chúng tôi hồ sơ của bạn. Tôi muốn xem xét khả năng làm việc với bạn trong tương lai gần.

Bộ phận đăng quảng cáo tuyển dụng trên báo Maeil đã kín, nhưng chúng tôi đang xem xét bạn như một ứng cử viên cho vị trí tuyển dụng trong tương lai. Điều này là bởi vì bạn có kinh nghiệm làm việc tuyệt vời và mong muốn tiếp tục quan tâm đến 「Maeil」 của bạn .

Vì vậy, nếu bạn đến đây vào lần tới, tôi muốn gặp bạn.

Song Dong Ho
Trưởng phòng nhân sự

친애하는 Bùi Mai Hồng 씨

일부러 전화를 주시고 이력서를 보내신 데 대해서 진심으로 감사합니다. 머지 않아 상호 형편이 좋을 때 우리와 함께 일할 가능성에 대해서 검토하고 싶습니다.

매일 타임스에 구인 광고를 낸 모집 부서는 이미 찼습니다만 금후에 생기는 공석의 후보로서 귀하를 고려하고 있습니다. 이것은 전적으로 귀하가 훌륭한 경력의 소유자인 것과 아울러 금후에도 계속 「매일」에 관심을 가지실 것을 기대하기 때문입니다.

따라서 다음에 이 지역에 오시면 꼭 만나 뵙고 싶습니다.

송동호

인사부장

Outline
1. 모집에 응해준 것에 대한 사례와 호의를 알린다.
2. 나쁜 소식과 좋은 소식을 알린다.
3. 추후 면접하러 오기 바란다는 것을 알리고 끝을 맺는다.

 Từ khoá trọng tâm

xem xét khả năng 가능성을 검토하다
bộ phận đăng quảng cáo 현재 광고 중인 부서
kinh nghiệm làm việc 경력
vì vậy 따라서, 그렇기 때문에
vào lần tới 다음번에

Nguyễn Thanh Hà kính mến

Cảm ơn bạn đã đăng ký tuyển dụng vào công ty chúng tôi.

Chúng tôi đã rất khó chọn vì có rất nhiều ứng viên xuất sắc đã nộp đơn xin việc này. Thật không may, lần này một người khác đã được tuyển dụng.

Tuy nhiên, nếu lần sau có chỗ trống thì chúng tôi sẽ xem xét bạn như ứng cử viên.

Chúng tôi hy vọng bạn sẽ được thành công trong tương lai.

Han Jae Song
Trưởng phòng
Phòng nhân sự

친애하는 Nguyễn Thanh Hà 씨

당사의 사원 모집에 응모해주신 데 대해서 감사를 드립니다.

훌륭한 경력의 소유자들이 다수 응모를 하셔서 선발은 지극히 어려웠습니다. 유 감스럽게도 이번에는 다른 분이 결정되었습니다.

그러나 금후 어떠한 공석이 생기는 경우에는 귀하를 검토의 대상으로 고려하도 록 하겠습니다.

그동안에 귀하의 성공을 빌어마지 않습니다.

한재송

과장

인사부

Outline

1. 지원과 면접에 대한 사례를 한다.
2. 면접 상황과 결과를 알리고 거절 한다.
3. 추후의 가능성에 대해서 언급한다.
4. 성공을 빌며 끝을 맺는다.

 Từ khoá trọng tâm

đăng ký 등록하다, 지원하다

nộp 제출하다

chỗ trống 공석

ứng cử viên 후보자

được thành công 성공하다

Anh Nguyễn Quang Hải kính mến

Tôi muốn bày tỏ lòng biết ơn chân thành của tôi về những nỗ lực của anh đã đến phỏng vấn vào ngày 1 tháng 10.

Tôi có hơi thất vọng với câu trả lời (từ chối) của anh nhưng tôi được hiểu tình cảnh của bạn. Chúng tôi muốn giữ liên lạc với bạn bằng bất kỳ cách nào vì chúng tôi quan tâm đến anh và bằng cấp của anh.

Cũng không cần phải nói, nếu ý định của anh được thay đổi trong tương lai, chúng tôi muốn tiếp tục nói chuyện với anh về khả năng tuyển dụng. Tôi hy vọng bạn sẽ tích cực trong công việc mới của anh cho đến lúc đó.

Jang Hae Bok
Giám đốc

친애하는 Nguyễn Quang Hải 씨

10월 1일에 면접을 보러 오시느라 수고하신 데 대해서 심심한 사의를 표합니다. (거절하신다는) 귀하의 답장에 실망했습니다만 그쪽 사정은 양해했습니다. 당사는 귀하와 귀하의 자격에 관심이 있기 때문에 계속 어떠한 형태의 연락을 유지하고 싶습니다.

말할 것도 없이 만일 금후에 마음이 변하시게 되면 당사에서의 채용 가능성에 대해서 의논을 재개하고 싶습니다. 그때까지 새로운 직업에서 활약하시기를 기원합니다.

장해복

사장

Outline
1. 채용에 응해준 데 대한 사례와 유감을 뜻을 전한다.
2. 차후의 채용 가능성과 새로운 일에 대한 격려의 말로 끝을 맺는다.

 Từ khoá trọng tâm

thất vọng 실망하다
câu trả lời 답장
tình cảnh 상황
giữ liên lạc 연락을 유지하다
bằng cấp 자격
cho đến lúc đó 그때까지

039 소개자에게 진행상황 알림

　Chúng tôi đang liên lạc với ông Dũng. Chúng tôi hiện đang tiến hành hội ý cơ bản.

　Chúng tôi sẽ thông báo cho bạn biết kết quả sau.

Dũng 씨와 접촉하고 있음을 알려드립니다. 현재 기본적인 협의를 진행시키고 있습니다.

가능한 한 경과를 계속 알려드리겠습니다.

Outline

1. 소개된 사람과 이야기가 진행 중임을 알린다.
2. 계속 연락할 약속을 하고 끝을 맺는다.

 **Từ khoá trọng tâm**

tiến hành 진행시키다
hội ý 협의
cơ bản 기본의
thông báo cho … biết …이 알 수 있도록 알리다
kết quả sau 이후의 결과

E-mail anh đã gửi cho ông Vinh giám đốc cũ vào ngày 16 tháng 5, đã được gửi đến cho tôi.

Trước hết, tôi muốn thông báo với anh rằng tôi là người kế nhiệm ông Vinh từ ngày 21 tháng 4.

Ông Vinh đã phải từ chức vị trí giám đốc đột nhiên vì lý do sức khỏe.

Khi tôi được bàn giao công việc, tôi đã rất ấn tượng vì thành công của chúng tôi ở khu vực ấy là nhờ sự đóng góp của công ty anh. Tôi mong muốn anh tiếp tục cung cấp sự hợp tác và hỗ trợ.

Tôi sẽ đưa ra chỉ thị bộ phận có liên quan xử lý ngay lập tức điều mà anh đã nói trong email. Sẽ có phản hồi cụ thể từ phía họ.

Tôi rất mong được làm việc với anh.

당사 전임 사장 Vinh 씨께 보내신 5월 16일자 귀하의 이메일이 저에게 전달되어 왔습니다.

우선 이 기회에 4월 21일부터 제가 Vinh 님의 후임이 되었음을 알려드립니다. Vinh 님은 건강상 이유로 갑자기 사장직을 사임하여야 했습니다.

업무를 인계할 때 받은 상황 설명에서 당사가 귀지(地)에서 성공할 수 있었던 것은 귀사의 매우 귀중한 공헌 덕분이었다고 들은 것이 강하게 제 마음에 남아 있습니다. 똑같은 협력과 지원을 계속 베풀어 주시길 바랄 따름입니다.

귀하의 이메일에서 언급하신 건에 관해서는 관계 부서에 즉시 처리하도록 지시를 내렸습니다. 곧 그들로부터 무엇인가 구체적인 응답이 있을 것입니다.

귀사와 함께 일하는 기쁨을 진정으로 고대하겠습니다.

Outline

1. 이메일이 전달된 것을 알린다.
2. 인사이동이 있었음을 알린다.
3. 상대방의 요청은 관계 부서에 지시했음을 알린다.
4. 사교적인 결어로 끝을 맺는다.

 Từ khoá trọng tâm

giám đốc cũ 전임 사장
trước hết 우선, 무엇보다
lý do sức khỏe 건강상의 이유
rất ấn tượng 매우 인상적인
sự đóng góp 공헌

041 문제 조정 후 확인

Liên quan đến cuộc thảo luận về đơn xin phân giải được đệ trình bởi người nộp đơn (công ty ngài) vào tháng 8 năm 2019 giữa công ty Samsun và công ty chúng tôi vào ngày 5 tháng 10 năm 2019, chúng tôi xin xác nhận lại những điều sau đây.

a) Nhà thiết kế đồng ý hoãn thời gian trễ 9 tuần theo điều 11 khoản (6) và hoãn thời gian trễ 1 tuần theo điều 23 khoản (b) (điều này sẽ được nhà thiết kế xác nhận bằng một tài liệu riêng)

b) Khoản lỗ và chi phí đã được thỏa thuận giữa người đăng ký(công ty ngài) và người thẩm định(chúng tôi) là 5204 đô-la. Số tiền này được xác định bằng tổng số tổn thất và chi phí phát sinh do sự hoãn lại được nêu trong hóa đơn dưới. Do đó, chú thích (i) ở trang 5 của hóa đơn và (ii) đoạn (b) của mục (b) đã bịvô hiệu hóa. Tuy nhiên, miễn là các chi phí liên quan đến công ty Hữu Nghị, các nhà phân phối, nhà cung cấp, công ty được chỉ định trên pháp luật được xử lý riêng.

Tôi muốn xác nhận việc nhận email này và sự đồng ý với nội dung đã nêu trên.

청부인에 의해서 제출된 2019년 8월의 중재 신청서에 관해 설계자 삼선사와 저희들 사이에서 가졌던 2019년 10월 5일의 논의에 관련하여 다시 다음의 사항을 확인합니다.

a) 설계자는 11조 (6)에 의거한 9주간의 연기 및 23조 (b)에 의거한 1주간의 연기를 승낙한다(이에 관해서는 설계자가 별도 문서로 확인하는 것으로 한다.)

b) 손실 및 지출액은 청부인(귀사)과 사정인(저희들) 사이에서 5204달러로 합의되었다. 이 금액은 청부인(귀사)의 상기 청구서에 기재된 지연에 의해서 생기는 손실 및 지출액의 총액으로 합의되었다. 따라서 청구서 5페이지의 주(註) i)항, ii)의 b)항은 철회되었다. 단, Hữu Nghị 사, 지명 하청업자, 납품업자 및 법으로 인정되는 기타의 청부업자에 관련되는 비용은 별도로 한다.

본 이메일의 수령과 내용에 대한 동의의 확인을 부탁합니다.

Outline
1. 배경 설명을 한다.
2. 확인 사항을 조목별로 알린다.
3. 승낙하는 대답을 요구한다.

Từ khoá trọng tâm

đơn xin phân giải 중재 신청(서)

đệ trình 제출하다

nhà thiết kế 설계자

hoãn thời gian trễ 기간을 지연하다, 연기하다

theo điều 11 khoản (6) 11조 (6)에 따라

khoản lỗ và chi phí 손실 및 지출

thỏa thuận 합의하다

thẩm định 심의하다, 심사하다

tổng số tổn thất và chi phí phát sinh 발생한 비용과 손실의 총액

được nêu trong hóa đơn dưới 하단의 청구서에 언급된

chú thích 주석

Anh Phan Thành Hậu kính mến

Tôi cảm ơn anh đã gửi email về vấn đề bồi thường vào ngày 1 tháng 7 và cuộc gọi điện thoại tiếp theo của anh.

Tôi muốn xác nhận lại cuộc hẹn với anh tại văn phòng của anh lúc 11 giờ sáng ngày 20 tháng 7. Tôi biết rằng khách hàng của anh cũng sẽ có mặt với cố vấn tài chính.

Tôi cảm ơn anh đã lên lịch trước ngày 31 tháng 7 và tôi chân thành hy vọng rằng cuộc họp này sẽ là một giải pháp nhanh chóng và suôn sẻ.

Tôi mong đợi sẽ có những ý kiến trao đổi ý nghĩa vào ngày 20.

Kim Cheon Su
Trưởng phòng
Tổ pháp lý

친애하는 Phan Thành Hậu 씨

배상 문제에 관한 7월 1일자 이메일과 뒤이은 전화에 감사를 드립니다.

7월 20일, 금요일 오전 11시에 귀하의 사무실에서 만나기로 구두로 약속한 것을 확인하고 싶습니다. 귀사의 의뢰인 여러분도 재정고문과 함께 동석하실 것으로 압니다.

일정을 7월 31일 이전으로 해주신 것에 감사드리며, 면담을 통해 신속하고 원만하게 해결되기를 진심으로 기원하는 바입니다.

20일의 뜻 있는 의견교환을 기대합니다.

김천수

부장

법무팀

Outline

1. 무엇에 관한 확인인지를 기술한다.
2. 확인 내용을 전한다.
3. 상대방의 협력에 사례를 한다.
4. 의논의 성공을 기대한다.

 Từ khoá trọng tâm

vấn đề bồi thường 배상문제
cố vấn tài chính 재정고문
lên lịch trước ··· 일정을 ··· 전으로 당기다
suôn sẻ 원만한
Tổ pháp lý 법무팀

Theo email của bạn vào ngày 6 tháng 6, dường như có một sự hiểu lầm về ý định của chúng tôi. Những gì đã được đề cập khi phó giám đốc của chúng tôi đến thăm vào ngày 1 tháng 6 là kiểu tự động, không phải kiểu thủ công. Xin đừng hiểu lầm về vấn đề này.

Công ty chúng tôi dự định sử dụng mô hình tự động mới của công ty bạn cho xe phía trước bánh lái. Vì chúng tôi đoán rằng nhu cầu cho các mô hình thủ công dự kiến sẽ giảm xuống trong tương lai. Tuy nhiên, do giới hạn chiều rộng xe tại Hàn Quốc, khả năng sử dụng có thể được quyết định sau khi nhận được bản vẽ và thông số kỹ thuật từ công ty của bạn. Do đó, vui lòng gửi dữ liệu này càng sớm càng tốt.

Nếu chính sách của bạn không cho phép điều này trước khi hợp đồng được thực hiện, chúng tôi rất tiếc khi không thể xem xét lại kế hoạch của chúng tôi.

Chúng tôi nghĩ sẽ rất hữu ích cho kế hoạch của chúng tôi nếu bạn có thể trả lời nhanh chóng.

6월 6일자 귀하의 이메일에 의하면 저희들의 의도에 대해서 오해가 있는 것 같습니다. 당사 부사장이 6월 1일에 방문했을 때 언급한 것은 자동식 트랜스액슬이었지 수동식이 아니었습니다. 이 건에 관해서 오해가 없도록 부탁합니다.

당사는 귀사의 신형 자동 모델을 전륜 구동차에 사용하려고 합니다. 수동 모델 수요는 앞으로 감소하리라고 예상하기 때문입니다. 그러나 한국 자동차의 폭 제한 때문에 사용 가능성은 귀사로부터 도면과 사양서를 받은 뒤라야 결정될 수 있습니다. 따라서 이 자료를 조속히 보내주시기 바랍니다.

귀사의 방침이 계약이 갖추어지기 전에는 그와 같은 편의를 허락하지 않는다면 유감이나마 당사의 계획을 재고하지 않을 수 없습니다.

조속히 답장을 주시면 계획에 매우 도움이 되겠습니다.

Outline

1. 오해를 바로 잡고 진정한 의도를 전한다.
2. 상세한 내용과 거기에 관련된 요구를 알린다.
3. 요구를 관철시키기 위해 촉구하는 문장을 넣는다.
4. 조속한 답장을 요구한다.

Từ khoá trọng tâm

theo ⋯ ⋯에 따르면, 의하면
dường như ⋯ 마치 ⋯처럼
sự hiểu lầm 오해
kiểu tự động 자동식
mô hình tự động mới 신형 자동 모델
nhu cầu cho ⋯ ⋯에 대한 수요
sau khi ⋯ ⋯ 이후에

Ngài Nguyễn Văn Mạnh kính mến

Tôi vừa trở về từ Việt Nam trong chuyến công tác hôm nay. Tôi viết email này để thể hiện lòng biết ơn về bữa ăn trưa tuyệt vời tuần trước tại Hà Nội và thái độ tích cực của ngài đối với sự liên doanh của chúng ta. Tôi tin rằng ngài đã đóng một vai trò rất quan trọng trong việc đưa ra quyết định thực hiện trong tương lai gần. Tin tức đó làm tôi rất vui.

Như tôi đã đề cập, cuộc họp lãnh đạo công ty dự kiến sẽ được tổ chức tại Seoul vào ngày 21 tháng 6, và tôi chủ yếu sẽ báo cáo về tiến độ của kế hoạch này. Vui lòng cho phép tôi công bố cam kết của ngài tại thời điểm đó.

Cảm ơn ngài một lần nữa.

Go Young Ho

친애하는 Nguyễn Văn Mạnh 씨

베트남 출장에서 오늘 막 귀국했습니다. 지난주 하노이에서의 시간과 훌륭한 점심에 대해서뿐만 아니라 합작사업에 적극적인 자세를 보여주신 데 대해서 무엇보다도 먼저 감사를 드리고 싶어서 펜을 들었습니다. 가까운 장래라고 귀하가 말씀하신 그 결정으로 이끌기 위해서 매우 중요한 역할을 하셨으리라 믿습니다. 그 소식은 저를 매우 기쁘게 했습니다.

말씀드린 대로 중역회의가 6월 21일에 서울에서 개최될 예정이며 주로 이 계획의 진행 상황을 보고하게 되어 있습니다. 그때 귀사의 확약을 공표할 수 있도록 해주시기 바랍니다.

재차 감사의 말씀을 드립니다.

고영호

Outline
1. 출장 중 환대와 합작사업 참가에 대한 기쁨을 전한다.
2. 중역회의에서 확약을 위해 독촉을 한다.
3. 재차 사례로 끝을 맺는다.

 Từ khoá trọng tâm

vừa ⋯ 막, 방금 ⋯
chuyến công tác 출장
thể hiện lòng 마음을 표현하다
sự liên doanh 합작사업
chủ yếu 주로, 주요한
tiến độ của kế hoạch 계획의 진행

Trước hết, tôi cảm ơn bạn đã cử anh Hiếu đến đây để tiến hành cuộc thảo luận. Theo kết quả của cuộc thảo luận, tôi muốn thông báo cho bạn về điều kiện tiên quyết này để đáp ứng yêu cầu bán mô hình X3P4 của chúng tôi tại Việt Nam càng sớm càng tốt.

Để rút ngắn thời gian chuẩn bị và cho phép công ty của bạn bắt đầu lắp ráp vào đầu năm tới, chúng tôi cần nhận được một hồ sơ đã ký hợp lệ trước ngày 5 tháng 7 với các điều khoản sau:

1. Quyết định cuối cùng của công ty TNHH Vinh Phuc về việc đưa X3P4 vào dưới dạng tháo rời hoàn toàn
2. Xác nhận đặt hàng các loại vật liệu cần thiết như Zig, công cụ, máy móc thiết bị của công ty TNHH Vinh Phuc
3. Đặt mua chính thức các linh kiện mẫu dùng cho X3P4 của công ty TNHH Vinh Phuc

Ngay sau khi chúng tôi nhận được thư ý định của bạn, chúng tôi sẽ xử lý công việc nhanh chóng.

의논을 진행시키기 위해서 이곳으로 Hiếu 씨를 파견하신 조속한 조치에 대해서 우선 감사를 드립니다. 그와의 의논의 결과로서 가능한 한 빨리 당사 X3P4형을 베트남에서 판매하고 싶다는 귀사의 요청을 충족시키기 위해 그 전제조건을 이 이메일에서 알려드리려고 합니다.

준비 기간을 단축시키고 귀사가 내년 초에 조립을 개시할 수 있도록 하기 위해 당사는 이하의 조항으로 된 적절히 서명된 의향서를 7월 5일까지 받을 필요가 있습니다.

1. X3P4를 완전분해(CKD) 형태로 도입한다는 유한책임회사 Vinh Phuc (귀사)의 최종 결정

2. 필요한 지그, 계기, 공구의 구입에 대한 유한책임회사 Vinh Phuc (귀사)의 확정 주문

3. 현지 조달인 X3P4용 부품 샘플에 대한 유한책임회사 Vinh Phuc (귀사)의 정식 구입 주문

당사는 의향서를 수령하는 즉시 일을 신속히 처리하려고 합니다.

Outline

1. 지금까지의 경위를 서술한다.
2. 확약서의 필요성과 내용을 조목별로 제시한다.
3. 조속한 제출을 요구한다.

 Từ khoá trọng tâm

điều kiện tiên quyết 전제조건
rút ngắn thời gian 기간을 단축하다
lắp ráp 조립하다
công ty TNHH(Trách Nhiệm Hữu Hạn) 유한책임회사
ngay sau khi … 이후 즉시
xử lý công việc 일을 처리하다, 다루다

Chapter 4 의뢰에 관한 이메일

046 사용설명서 발송 의뢰

Xin chào.

Gần đây chúng tôi đã mua một bộ máy phân tích chất gây cháy Tralco TG1510 từ một công ty địa phương.

Đính kèm là một bản sao giấy bảo hành của máy này.

Vấn đề là giấy hướng dẫn sử dụng của máy này là tiếng Việt. Tôi rất cảm ơn nếu bạn có thể gửi cho tôi phiên bản tiếng Anh hoặc tiếng Hàn. Tất nhiên, chúng tôi sẽ trả toàn bộ các chi phí.

Cảm ơn bạn rất nhiều nếu bạn xử lý nhanh chóng.

Kim Tae Cheol
Trợ lý
Phòng quản lý kỹ thuật

Đính kèm

안녕하세요.

저희들은 최근 한 지역 회사로부터 트랄코 연소 분석기 TG1510을 구입했습니다.

첨부한 것은 이 기계의 보증서로 보이는 것의 사본입니다.

문제는 이 기계의 취급 설명서가 베트남어로 되어 있다는 것입니다. 가능하면 이 설명서의 한국어판이나 영어판을 보내주시면 고맙겠습니다. 물론 소요 경비 전액은 저희가 기꺼이 지불하겠습니다.

신속히 처리를 해주시면 매우 고맙겠습니다.

김태철

대리

기술관리팀

동봉

Outline

1. 구입한 제품에 대해 설명을 한다.
2. 문제점들을 들어 발송을 의뢰하고 비용을 부담할 용의가 있음을 알린다.
3. 신속한 처리를 바라면서 끝을 맺는다.

 Từ khoá trọng tâm

gần đây 최근
công ty địa phương 지역회사, 현지회사
bản sao 사본
phiên bản 버전
chi phí 비용
trợ lý 대리

Tiến sĩ Nguyễn Hà Trung kính mến

Tôi rất vui khi được gặp lại ngài tại Hội nghị Khí hậu Quốc tế tổ chức tại Hà Nội vào tháng 5 năm ngoái.

Thực ra, tôi viết email này vì có điều muốn nhờ vả. Tôi sẽ đến thành phố Hồ Chí Minh vào tháng 7 để tham gia hội nghị về vấn đề nóng lên toàn cầu tại thành phố Hồ Chí Minh, và trong thời gian đó tôi sẽ đến thăm viện nghiên cứu của Đại học Hồ Chí Minh. Vì ngài là một cựu sinh viên nổi bật của trường đại học này, tôi muốn nhờ ngài viết một lá thư giới thiệu để tạo điều kiện cho chuyến thăm của tôi thuận lợi hơn.

Tôi xin đính kèm bản lý lịch của tôi nếu nó có thể giúp đỡ được phần nào. Tôi sẽ rất biết ơn nếu ngài có thể hợp tác và tôi xin lỗi vì làm phiền thời gian quý báu của ngài với việc này.

Tiến sĩ Kim Kyeong Su

Đính kèm

친애하는 Nguyễn Hà Trung 박사님

지난 5월 하노이에서 개최되었던 국제 기후 회의에서 재차 귀하를 뵙게 되어 매우 즐거웠습니다.

실은 부탁이 있어서 글을 쓰고 있습니다. 저는 호치민에서 개최되는 지구 온난화 회의와 관련해서 7월에 호치민에 갈 예정인데 그 기간에 호치민 대학교의 연구소를 견학하려고 생각하고 있습니다. 귀하가 이 대학의 저명한 졸업생이기 때문에 저의 방문을 수월하게 진행시키기 위해서 소개장을 써주시기를 희망하고 있습니다.

도움이 될까 해서 이력서를 첨부했습니다. 협력해주시면 매우 고맙겠으며, 이 건으로 귀하의 귀중한 시간을 많이 차지한 데 대해서 사과를 드립니다.

김경수 박사

동봉

Outline
1. 사교적인 인사를 한다.
2. 소개장을 원하는 이유에 대해 설명한다.
3. 선처를 바라는 말로 끝을 맺는다.

 Từ khoá trọng tâm

viện nghiên cứu 연구소
cựu sinh viên 졸업생
cho ⋯ thuận lợi hơn ⋯을 수월하게 하다
chuyến thăm 방문
dành thời gian 시간을 할당하다, 차지하다

Tôi bày tỏ lòng biết ơn sâu sắc nhất của tôi về bài giảng tại Hội nghị Khí hậu Thế giới tại Seoul năm nay. Chủ đề của bạn, "Mở rộng vùng khí hậu nhiệt đới," chắc chắn sẽ thu hút rất nhiều sự chú ý. Tôi biết mọi người đều có kỳ vọng lớn cho bài giảng của bạn.

Chúng tôi phát hành một cuốn sách nhỏ chứa một bản tóm tắt của tất cả các bài giảng tại cuộc họp cho sự tiện lợi tối đa cho người tham gia và cho sự hiểu biết chính xác về mục đích của bài giảng của mỗi giảng viên. Vì vậy, xin vui lòng gửi một bản tóm tắt ngắn của bài giảng. Xin vui lòng bao gồm mục đích và đặc điểm của bài giảng trong này.

Bản tóm tắt được giới hạn trong 200 từ. Do thời gian dịch thuật và in ấn, thời hạn nộp hồ sơ là ngày 16 tháng 5 cho tất cả các giảng viên.

Vui lòng cho chúng tôi biết nếu chúng tôi có thể giúp bạn.

금년 서울에서 개최되는 세계 기후 회의에서의 강연을 승낙하신 데 대해서 심심한 사의를 표합니다. 귀하의 주제「열대기후 지역의 확대」는 반드시 많은 관심을 끌 것입니다. 모두가 귀하의 강연에 대단한 기대를 가지고 있는 줄로 알고 있습니다.

참가자에게 최대의 편의를 도모하고 또 각 강사 여러분의 강연 취지의 올바른 이해를 위해서 회의에서의 모든 강연의 요약을 수록한 팸플릿을 배부합니다. 그런고로 강연 내용의 짧은 요약을 제출하시기 바랍니다. 이것에는 강연의 목적이나 특징 등을 넣어주십시오.

지면이 한정되어 있기 때문에 요약은 200단어 이내로 부탁합니다. 번역 및 인쇄시간 관계로 제출 기한은 모든 강사에 대해서 5월 16일로 부탁하고 있습니다.

저희들이 도와드릴 수 있는 일이 있으면 알려주시기 바랍니다.

Outline
1. 강연 승낙에 대한 감사와 강연에 대한 기대를 말한다.
2. 의뢰를 한다.
3. 제출 조건을 알린다.
4. 협력을 구하며 끝을 맺는다.

 Từ khoá trọng tâm

bày tỏ 표시하다, 표하다
bài giảng 강연
phát hành 배부하다
một bản tóm tắt ngắn 요약본
mục đích và đặc điểm 목적과 특징
dịch thuật và in ấn 번역과 인쇄

Chúng tôi mong muốn có một buổi diễn giảng chính thức tại phòng thí nghiệm của chúng tôi. Lịch trình chúng tôi muốn đề xuất như sau.

Ngày: 17 tháng 5 và 24 tháng 5

Địa điểm: giảng đường CCL

Đối tượng: Khoảng 100 sinh viên tốt nghiệp đại học và nhân viên CCL

Mục đích: Để thúc đẩy sự hiểu biết về các thuật ngữ được sử dụng trong kinh doanh với các công ty Việt Nam.

Nội dung: Như đã nêu trong email của bạn vào ngày 7 tháng 4.

Với cá nhân tôi cũng rất chờ đợi bài giảng này.

저희 연구소에서의 강연을 정식으로 부탁합니다. 저희들이 제의하고 싶은 예정은 다음과 같습니다.

날짜 : 5월 17일 및 5월 24일

장소 : CCL 강당

대상 : 약 100명의 대졸 신입사원 및 기타 CCL 스탭

목적 : 베트남 기업과의 비즈니스에서 사용할 용어에 관한 이해 증진

내용 : 4월 7일자 귀 이메일에 적혀 있는 대로

저 개인으로서도 강연을 즐거움으로 기다리고 있습니다.

Outline
1. 강연을 정식으로 의뢰한다.
2. 강연 절차를 알린다.
3. 개인적으로도 강연을 기다리고 있음을 알린다.

 Từ khoá trọng tâm

giảng đường 강당

đối tượng 대상

thuật ngữ 용어

nội dung 내용

cá nhân 개인, 개인의

Trước hết em xin cảm ơn thầy đã chỉ đạo hướng dẫn rất nhiệt tình. Em đã có thể thực hiện nghiên cứu cho đến nay, nhờ sự hỗ trợ và khuyến khích liên tục của thầy.

Hôm nay em viết email này vì muốn nhờ vả thầy. Đính kèm là tài liệu nghiên cứu mới nhất của em. Bởi vì em muốn xuất bản, em cần những lời phê bình của những người có đủ chuyên môn trong lĩnh vực này, nhưng em nghĩ rằng không có ai khác ngoài thầy. Em chỉ hy vọng có thể dựa vào kiến thức rộng lớn và thiện chí của thầy.

Hiện tại em dự định gửi nó vào đầu tháng 5. Em rất biết ơn nếu thầy có thể xem một chút.

언제나 따뜻하게 지도해주신 데 대해서 우선 감사를 드립니다. 여기까지 연구를 진행시킬 수 있었던 것은 오로지 선생님의 변함없는 지원과 격려의 덕분입니다.

오늘은 또 하나의 부탁이 있어서 펜을 들었습니다. 첨부한 것은 저의 가장 새로운 연구에 관한 논문입니다. 출판을 희망하고 있기 때문에 그 분야에 충분한 전문지식이 있는 분의 비평이 꼭 필요한데 선생님 말고는 달리 생각할 수 있는 사람이 없습니다. 선생님의 폭넓은 지식과 호의에 다시 의지할 수 있기를 바랄 뿐입니다.

현재로서는 5월 초순에 보내려고 예정하고 있습니다. 그동안에 조금이라도 보아주시면 매우 고맙겠습니다.

Outline
1. 지금까지의 은혜에 대해 감사를 표한다.
2. 도움이 필요함을 강조하며 의뢰한다.
3. 기한을 알리고 부탁의 말로 끝을 맺는다.

 Từ khoá trọng tâm

chỉ đạo 지도하다
nhiệt tình 열정적인
thực hiện 실행하다
sự hỗ trợ và khuyến khích 지원과 격려
nhờ vả 부탁하다
xuất bản 출판하다
những người có đủ chuyên môn trong lĩnh vực … … 분야에 충분한 전문성이 있는 사람들

Trước hết, cảm ơn bạn vì dịch vụ tuyệt vời của bạn trong sáu năm qua. Nhờ những nỗ lực của khách sạn của bạn, tôi đã có một chuyến đi thoải mái và luôn cảm thấy muốn quay lại sớm. Tôi thường nói chuyện với bạn bè về sự xuất sắc của khách sạn của bạn và khuyên họ sử dụng khách sạn của bạn.

Đó là lý do tại sao Park Cheol Soo, người sống ở Seoul, bạn thân của tôi, quyết định ở lại Hyatt Regency Đà Nẵng(khách sạn của bạn) trên đường về Seoul. Park đã đặt phòng và sẽ đến Đà Nẵng vào thứ bảy ngày 31 tháng 7. Tôi nghĩ tất cả mọi thứ sẽ tốt hơn mong đợi của họ, nhưng tôi có một điều nhờ vả cá nhân đặc biệt. Khi họ đến nơi, bạn có thể chuẩn bị một ly rượu sâm banh lạnh trong phòng và để lại lời nhắn như「Mong bạn ở lại vui vẻ. Kim Kyeong Ho」 với một tin nhắn?Lệ phí có thể được trả trước hoặc trong tuần sau khi tôi đến Đà Nẵng.

Tôi sẽ rất cảm ơn nếu bạn có thể chuẩn bị như vậy.

과거 6년에 걸쳐서 언제나 훌륭한 서비스를 해주신 데 대해서 우선 감사를 드립니다. 귀 호텔의 노력의 결과로 언제나 기분 좋은 여행을 하였으며 빠른 시일 내에 다시 오고 싶은 느낌을 남게 하였습니다. 귀 호텔이 훌륭한 것에 대해서는 친구들에게 자주 이야기를 하였으며 강력히 추천을 했습니다.

그런 까닭으로 저희들의 친한 친구인 서울에 거주하는 박철수가 서울로 돌아가는 도중에 하야트 리젠시 다낭(귀 호텔)에 머물기로 결정했습니다. 박 군은 이미 예약을 끝냈으며 부인과 7월 31일 토요일에 다낭에 도착 예정이라고 합니다. 모든 것이 그들의 기대를 상회하리라고 생각합니다만, 한 가지 특별한 개인적 부탁이 있습니다. 그들이 도착했을 때 방에 차게 한 샴페인을 준비해두고 메시지로 「즐겁게 머무르시기 바랍니다. 김경호」와 같은 말을 첨부해서 놓아주실 수 없는지요. 비용은 선불로 또는 그 1주일 후에 제가 다낭에 들를 때에 지불할 수 있습니다.

이와 같은 준비를 해주시면 매우 고맙겠습니다.

Outline
1. 지금까지의 서비스를 평가하고 사례를 한다.
2. 특별한 의뢰를 요청한다.
3. 협력을 구하며 끝을 맺는다.

 Từ khoá trọng tâm

dịch vụ tuyệt vời 훌륭한 서비스
chuyến đi thoải mái 편안한 여행
quay lại 되돌아오다
sự xuất sắc 뛰어남, 훌륭한 점
tất cả mọi thứ 모든 것

Chapter 5 승낙·거절에 관한 이메일

052 고객의 특별조치 의뢰 승낙

Tôi bày tỏ lời cảm ơn chân thành đến email của bạn vào ngày 17 tháng 5 liên quan đến anh Park Il Pyo.

Tôi sẽ sẵn sàng chuẩn bị rượu sâm banh Hans Cornell cho bạn khi anh ParkIl Pyo đến Nha Trang (từ ngày 31 tháng 7 đến ngày 2 tháng 8). Giá rượu sâm banh (bao gồm thuế, phí dịch vụ) là 50 đô la. Hóa đơn của bạn sẽ được gửi cho bạn. Tôi sẽ để lại tấm thiệp với lời nhắn như 「Mong bạn ở lại vui vẻ. Kim Ju Kyeong」 với một tin nhắn.

Xin đừng ngần ngại yêu cầu bất cứ điều gì khác chúng tôi có thể giúp bạn.

Cảm ơn bạn một lần nữa vì đã cho tôi được phục vụ.

박일표 씨에 관한 5월 17일자 이메일에 심심한 사의를 표합니다.

박일표 씨(7월 31일에서 8월 2일까지 체재)가 냐짱에 도착하셨을 때 차게 한 한스 코넬 샴페인을 기꺼이 방에 준비해 놓겠습니다. 샴페인 대금(세금·서비스료 포함)은 50달러입니다. 청구서는 귀하에게 보내드리겠습니다. 「즐겁게 머무르시기 바랍니다」라고 쓰인 카드에 김주경이라고 사인하여 첨부해두겠습니다.

이외에도 도와드릴 수 있는 일이 있으면 주저하지 마시고 요청하시기 바랍니다.

봉사의 즐거움을 주신 데 대해서 재차 감사의 말씀을 드립니다.

Outline
1. 의뢰 이메일을 받은 것을 알린다.
2. 승낙의 뜻을 전한다.
3. 따뜻한 결어로 끝을 맺는다.

Từ khoá trọng tâm

sẵn sàng 준비하다, 준비된
rượu sâm banh 샴페인
để lại 남겨놓다
Xin đừng ngần ngại yêu cầu 요청을 주저하지 마세요
cho tôi được phục vụ 봉사할 수 있도록 하다

Xin chào.

Tôi đã nhận được yêu cầu nhiều lần từ công ty anh để gia hạn việc gửi 'Báo cáo thu nhập 2018~2019' và "kế hoạch kinh doanh toàn diện 2019~20" vào hôm nay.

Tuy nhiên, xin lưu ý Điều 3 của bộ luật đại lý bán hàng mà đại lý chưa được gia hạn chính thức sẽ tự động bị hủy vào ngày 30 tháng 9. Trong điều khoản này, anh có nghĩa vụ báo cáo tình hình bảng cân đối cho chúng tôi bằng cách gửi các số liệu cụ thể vào cuối mỗi năm. Nó cũng nói rằng anh nên thảo luận với công ty chúng tôi đầy đủ và chuẩn bị một kế hoạch kinh doanh của năm sau.

Anh phải hoàn thành các nghĩa vụ này trước ngày 31 tháng 8 để gia hạn hợp đồng đại lý bán hàng.

Bae Seon Gweon
Trưởng phòng

안녕하세요.

2018~19년도의 손익계산서와 2019~20년도의 포괄적인 업무계획의 제출에 관해서 귀사의 기한 연장 요청을 오늘까지 수차에 걸쳐서 받아왔습니다.

그러나 판매대리점 규약(이 규약에 의하면 대리점 계약은 정식으로 갱신되지 않는 한 9월 30일에 자동적으로 소멸되게 되어 있습니다)의 제3조를 상기하시기 바랍니다. 이 조항에 귀사는 각 연도 말에 구체적 수치를 제출함으로써 수지 상황을 당사에 보고할 의무가 있음이 명기되어 있습니다. 또 당사와 충분히 의논한 뒤 차기년도의 업무 계획을 작성해야 한다고도 되어 있습니다.

8월 31일까지 귀사가 이들 의무를 이행하는 것은 판매대리점 계약 갱신에 필수적입니다.

배선권

부장

Outline
1. 지금까지의 경위를 말하고 문제를 제기한다.
2. 계약 조항을 되풀이한다.
3. 이행을 요구한다.

 Từ khoá trọng tâm

báo cáo 보고하다

thu nhập 수익

xin lưu ý 주의하세요

nghĩa vụ báo cáo tình hình 상황 보고의 의무

Chúng tôi đã xem xét kỹ lưỡng email của bạn ngày 8 tháng 5 về yêu cầu mua các thiết bị. Tôi hoàn toàn hiểu những hy vọng của bạn để thiết lập một hợp đồng.

Tuy nhiên, như công ty bạn đã đồng ý, triển vọng của chúng tôi, là cơ sở của các kế hoạch ban đầu của chúng tôi, đã thay đổi hoàn toàn với những thay đổi gần đây trong tình huống được thảo luận trong trao đổi email. Do đó, không có thay đổi trong hy vọng ban đầu, nhưng chúng tôi thậm chí không thể ra một lịch trình tạm thời để mua hàng. Cho nên chúng tôi đề nghị đợi cho đến khi tình hình trở nên tốt hơn.

Thật đáng tiếc là tình hình đã không tiến triển theo ý muốn của 2 bên. Tôi chân thành hy vọng rằng những phát triển chính trị trong tương lai sẽ tạo cơ hội mới để thực hiện kế hoạch này.

현안의 설비 구입에 대한 당사의 의사 표시를 요구하는 5월 8일자 이메일은 충분히 검토되었습니다. 계약을 성립시키고자 하는 귀사의 절박한 희망은 충분히 이해가 갑니다.

그러나 귀사도 동의하신 대로 우리들의 당초 계획의 기반이 되었던 전망이 먼젓번 이메일 왕래에서 논의된 최근의 정세 변화로 완전히 변하고 말았습니다. 따라서 당초의 희망에는 변함이 없지만 구입을 위한 잠정적인 예정표조차도 작성할 수 없는 상황에 있습니다. 그래서 오히려 저희로서는 상황이 보다 호전될 때까지 기다릴 것을 제의합니다.

서로의 뜻에 반하는 방향으로 사태가 진전된 것은 참으로 유감입니다. 금후의 정치적 진전이 이 계획을 실현시킬 수 있는 새로운 기회를 제공해줄 것을 충심으로 바라는 바입니다.

Outline
1. 이전에 받은 내용을 되풀이하여 상대방 주장에 이해를 나타낸다.
2. 곤란한 상황을 알리고 상담이 성립되기 힘든 이유를 밝힌다.
3. 유감을 나타내고 보류를 알린다.

Từ khoá trọng tâm

kỹ lưỡng 세밀한, 세심한
thiết bị 장비, 설비
hoàn toàn 완전히
triển vọng 전망
cơ sở của các kế hoạch ban đầu 초기 계획들의 기반
Thật đáng tiếc là … 정말 유감인 것은 …

Tiến sỹ Ngô Bảo Châu kính mến

Hôm qua tôi đã nhận được một bản sao của luận án của ngài về sợi đa cực cùng với email. Tôi rất ấn tượng với chất lượng nghiên cứu của ngài trong lĩnh vực chuyên môn.

Tuy nhiên, tôi hơi bối rối vì chủ đề mà luận án của ngài đề cập đến nằm ngoài lĩnh vực chuyên môn của tôi. Vì vậy, tôi không nghĩ rằng tôi xứng đáng để bình luận về bài viết này.

Tôi thực sự vinh dự được nhận xét về bài báo tuyệt vời này.

Rất khó để chấp nhận yêu cầu đánh giá một luận án xuất sắc như vậy.

Hy vọng rằng, nếu nghiên cứu của ngài là về nguồn sáng, xin vui lòng nói lại cho tôi biết.

Tiến sĩ Min Byeong Gu

친애하는 Ngô Bảo Châu 박사님

어제 이메일과 함께 다중 모드 파이버에 관한 귀하의 논문 사본을 받았습니다. 논문을 읽고 귀하의 전문 분야에 있어서의 연구의 질이 높은 것에 감명을 받았습니다.

그러나 논문이 취급하고 있는 주제가 저의 전문 분야 밖이기 때문에 약간 당혹해하고 있습니다. 따라서 정직하게 말씀드려서 이 논문에 대해 권위 있게 논평할 자격이 저에게 있다고 생각되지 않습니다.

이와 같이 훌륭한 논문의 논평을 부탁받아 참으로 영광으로 생각하고 있습니다.

훌륭한 논문인 만큼 귀하의 청을 받아들이기가 어렵습니다.

양해하시길 빌며 귀하의 연구가 광원(光原)에 관한 것이라면 주저하지 마시고 재차 저에게 말씀하시기 바랍니다.

민병구 박사

Outline

1. 이메일을 받았음을 알리고 상대방의 업적을 칭찬한다.
2. 자신의 전문 분야가 아니라는 이유로 거절한다.
3. 의뢰해 준 데 대해 감사한다.
4. 양해를 구한다.

 Từ khoá trọng tâm

bản sao của luận án 논문 사본
bối rối 당황한, 복잡한
đề cập 취급하다, 다루다
xứng đáng để bình luận 논평, 평가할 자격
Hy vọng rằng … …하기를 희망하다, 바라다
nguồn sáng 광원

Anh Nguyễn Chính Hiệp kính mến

Tôi đã nhận được email mà ngài gửi cho giám đốc vào ngày 5 tháng 5 năm 2019 và tôi đã chuyển đến bộ phận liên quan để trả lời.

Tôi nhận thức được ý định yêu cầu của anh nhưng yêu cầu như vậy chỉ được xem xét nếu có một đề nghị từ chính phủ hoặc cơ quan được chính thức công nhận trong chính sách. Và trong những trường hợp như vậy, chỉ khi điều kiện tài chính cho phép. Do đó, đề nghị này bị từ chối.

Tình hình là như vậy nhưng tôi chân thành hy vọng rằng những nỗ lực của anh sẽ có kết quả tốt.

Park Jong Su
Thư ký

친애하는 Nguyễn Chính Hiệp 씨

사장님 앞으로 보내신 2019년 5월 5일자의 이메일을 받았고, 답장을 드리도록 당 부서로 회송되었습니다.

귀하의 요청의 취지는 잘 알고 있습니다만 이와 같은 요망은 방침상 정부 또는 인가 단체에서 신청이 있는 경우에만 고려하기로 되어 있습니다. 또 그런 경우라도 재정 상태가 허락할 때에 한합니다. 따라서 이번 신청은 거절하지 않을 수 없습니다.

이와 같은 사정이긴 합니다만 귀하의 노력이 결실을 맺길 진심으로 기원합니다.

박종수

비서

Outline

1. 이메일을 받았음을 알린다.
2. 상대방에 대한 이해를 나타내면서도 방침에 따라 분명히 거절한다.
3. 성공을 빈다.

 Từ khoá trọng tâm

A mà B B(명사)한 A
ý định yêu cầu 요청의 취지, 의도
những trường hợp như vậy 이와 같은 상황들
điều kiện tài chính 재정적 조건, 재정 상태
từ chối 거절하다

Nguyễn Văn Nam kính mến,

Tôi rất hân hạnh được mời đến buổi diễn giảng tại quý viện nghiên cứu. Trong trường hợp thông thường, tôi sẽ sẵn lòng chấp nhận nó.

Thật không may, tôi đã có một bài giảng đã hứa trước nên không thể đáp ứng lịch trình của bạn.

Tuy nhiên, tôi mong muốn rằng lần sau khi có chương trình bạn sẽ cân nhắc tới tôi.

Tôi chúc chương trình của bạn thành công. Vui lòng nói cho tôi biết nếu có điều gì tôi có thể giúp.

친애하는 Nguyễn Văn Nam 씨

귀 연구소의 강연에 초대를 받아 매우 영광으로 생각합니다. 보통의 경우라면 기꺼이 수락했을 것입니다.

불행히도 이미 연설 약속을 한 것이 있어서 제의하신 일정에 맞출 수가 없습니다.

그러나 다음 프로그램에는 꼭 저를 고려해주시도록 부탁을 드립니다.

귀 프로그램이 성공하도록 기원합니다. 무엇인가 도움이 되는 일이 있으면 서슴지 마시고 부탁하십시오.

Outline

1. 의뢰를 받은 것에 대해 감사를 표한다.
2. 선약 때문에 거절하고 다음 기회로 미룬다.
3. 성공을 빌고 끝을 맺는다.

 Từ khoá trọng tâm

hân hạnh 영광의
được mời 초대받다
buổi diễn giảng 강연
cân nhắc tới … …를 고려하다, …에 생각이 미치다
chúc … …을 기원하다, 축하하다

058   자료 발송 1

Tôi xin gửi cho bạn danh mục sản phẩm điện của công ty chúng tôi.

Cảm ơn bạn đã quan tâm đến các sản phẩm của công ty Maeil chúng tôi.

Nếu bạn cần thêm trợ giúp, vui lòng liên hệ với chúng tôi.

의뢰하신 당사 전기 제품 카탈로그를 보내드립니다.

매일(당사) 제품에 관심을 가져주신 데 대해서 감사합니다.

더 도움이 필요하시면 주저마시고 연락하시기 바랍니다.

Outline

1. 무엇을 왜 발송하는지 설명한다.
2. 제품에 관심을 가져준 데 대해 감사한다.
3. 협력적인 인사로 끝을 맺는다.

 Từ khoá trọng tâm

danh mục sản phẩm 상품 카탈로그

công ty chúng tôi 당사

cần thêm … …을 더 필요로 하다

trợ giúp 도움

liên hệ với … …에 연락하다

Tôi gửi cho bạn một bản hướng dẫn sử dụng phiên bản tiếng Việt của máy phân tích khí thải kiểu VECO được yêu cầu qua email vào ngày 6 tháng 11. Tôi hy vọng giấy hướng dẫn sử dụng này sẽ giúp bạn tận dụng tốt máy phân tích này.

Tài liệu này là miễn phí.

Cảm ơn bạn đã cho tôi cơ hội để giúp đỡ.

11월 6일자 이메일로 요망하신 VECO형 배기(排氣) 분석기의 베트남어판 취급설명서 1부를 보냅니다. 분석기를 최대한으로 활용하는 데 이 설명서가 도움이 되길 바랍니다.

이 자료는 무료로 드리고 있습니다.

도움을 드릴 기회를 주신 데 대해서 감사합니다.

Outline

1. 발송을 통지한다.
2. 무료임을 알린다.
3. 도움을 주게 되어 기쁘다는 인사로 끝을 맺는다.

 Từ khoá trọng tâm

bản hướng dẫn sử dụng 사용설명서
phiên bản tiếng Việt 베트남어판, 베트남어 버전
máy 기계
phân tích 분석하다
khí thải 배기
qua email 이메일을 통해
tận dụng 최대한으로 이용하다
miễn phí 무료의

060 대체품 발송 1

Hôm nay tôi đã nhận được yêu cầu gửi giấy hướng dẫn sử dụng phiên bản tiếng Việt của máy kiểu 1706B của công ty chúng tôi.

Thật không may, chúng tôi không có phiên bản tiếng Việt tại thời điểm này. Tôi sẽ đính kèm một phiên bản tiếng Anh, hy vọng sẽ giúp ích phần nào đó. Tài liệu này sẽ được gửi miễn phí.

Cảm ơn bạn đã cho tôi cơ hội để giúp đỡ.

당사의 1706B형 무중심 연마기의 베트남어판 설명서를 보내달라는 의뢰를 금일 받았습니다.

유감스럽게도 현재는 베트남어판이 없습니다. 조금이라도 도움이 되길 바라면서 영어판을 첨부합니다. 이 자료는 무료로 보내드립니다.

도움을 드릴 기회를 주신 데 대해서 감사드립니다.

Outline
1. 이메일을 받았음을 알린다.
2. 상황 설명을 하고 대체품을 보내겠음을 알린다.
3. 도움을 드릴 기회를 줘서 감사하다는 결어로 끝맺음을 한다.

Từ khoá trọng tâm

kiểu 형태, 모델
tại thời điểm này 이 시점에
cảm ơn (vì) ··· ···해주셔서 감사합니다
cơ hội để giúp đỡ 도울 기회

Tôi xin trả lời yêu cầu của bạn về bản danh mục sản phẩm bằng tiếng Việt của công ty chúng tôi.

Đáng tiếc, chúng tôi chỉ có danh mục tiếng Việt về kiểu LUX cao cấp nhất. Tôi đính kèm một bản sao. Tuy nhiên, về các sản phẩm khác, chúng tôi cũng có một bản in đơn giản. Tôi đính kèm mỗi bản sao hai bản để bạn tham khảo.

Cảm ơn bạn đã quan tâm đến sản phẩm của công ty chúng tôi.

당사 국내용 제품에 대한 베트남어판 카탈로그를 요청하신 데 대해서 답장을 드립니다.

유감스럽게 베트남어판 카탈로그는 당사의 최고급 LUX형에 대한 것밖에 없습니다. 1부를 첨부합니다. 그러나 다른 제품에 대해서는 간단한 인쇄물은 있습니다. 참고를 위해서 각각 2부씩 첨부했습니다.

당사 제품에 대한 관심에 감사를 드립니다.

Outline
1. 언제, 어떤 용건의 이메일에 대한 답장인가를 쓴다.
2. 상대방의 의뢰에 응할 수 있는 것과 없는 것을 알린다.
3. 제품에 대한 관심에 감사를 표한다.

 Từ khoá trọng tâm

đáng tiếc 유감스럽게
chỉ có … …만을 가지고 있다
cao cấp nhất 최고급
in 인쇄하다, 프린트하다
đơn giản 간단한, 단순한

Xin chào.

Giấy hướng dẫn trên tài liệu đính kèm sẽ sẵn sàng để giao hàng vào cuối tháng 6. Bị chậm trễ vì tôi phải in lại bản mới.

Ngoài ra, vì các sách hướng dẫn cũ sau đây đã được thay thế bằng phiên bản mới, chúng tôi không thể cung cấp miễn phí nữa.

Mô hình 2M 31A phiên bản tiếng Việt

Mô hình R20 C/B phiên bản tiếng Việt

Mô hình 710 12

Mô hình S20 C/B phiên bản tiếng Việt

Vui lòng xác nhận lại nhu cầu xuất bản của bạn. Và xin vui lòng cho chúng tôi biết bạn muốn gửi bằng đường hàng không hay đường thủy .

Tôi mong nhận được câu trả lời nhanh chóng từ bạn.

안녕하세요.

첨부 서류에 실려 있는 설명서는 6월 말까지는 선편에 의한 발송 준비가 될 것입니다. 새로 인쇄해야 했기 때문에 늦었습니다.

게다가 이하의 예전 설명서는 신판으로 바뀐 관계로 무료로 제공할 수가 없게 되었습니다.

Model 2M 31A 베트남어판

Model R20 C/B 베트남어판

Model 710 12

Model S20 C/B 베트남어판

그런 조건으로 간행물에 대한 귀하의 필요를 재확인하시기 바랍니다. 동시에 항공편과 선편 중 어느 쪽을 바라시는지도 알려주시기 바랍니다.

조속한 답장을 고대하겠습니다.

Outline

1. 발송 예정을 알린다.
2. 자료 일부가 유료인 것에 대해 설명한다.
3. 유료 발송을 희망하는지와 운송수단을 확인한다.
4. 답장을 요구한다.

 Từ khoá trọng tâm

giao hàng 전달하다, 발송하다

vào cuối tháng 6 6월 말에

chậm trễ 늦다

phải … …해야 한다

được thay thế bằng … …으로 대체되다

không thể … …할 수 없다

nữa 더 이상(문미에 위치한다)

Chúng tôi xin lỗi vì gây ra vấn đề tại giai đoạn cuối cùng do lỗi của công ty chúng tôi.

Tôi tin rằng tất cả các tài liệu cần thiết được cung cấp bởi chứng nhận công chứng kèm theo.

당사의 착오로 인하여 최종 단계에서 문제가 일어난 데 대해서 사과합니다.

첨부한 공증 증서로 필요한 서류가 모두 갖추어지리라고 믿습니다.

Outline
1. 서류 누락에 대해 사과한다.
2. 발송을 통지한다.

 Từ khoá trọng tâm

gây ra vấn đề 문제를 발생시키다

tại giai đoạn … …한 단계에서

tin rằng … …라고 믿다

cần thiết 필요로 하다

bởi …에 의해(by)

chứng nhận công chứng 공증 증서

Tôi gửi cho bạn một báo cáo tài chính hoàn chỉnh đã được đính kèm vào e-mail của bạn vào ngày 3 tháng 2.

Ngoài ra, tôi đính kèm báo cáo thu nhập mới nhất và giấy chứng nhận nộp thuế pháp nhân công ty chúng tôi. Tất cả mọi thứ đã được Cục thuế chứng nhận chính thức.

Xin vui lòng cho tôi biết nếu bạn cần bất cứ điều gì khác.

2월 3일자 귀 이메일에 첨부되었던 재무보고서에 기입을 마치고 보냅니다.

그 외에 당사의 최신 손익 계산서와 법인세 납입 증명서도 첨부했습니다. 어느

것이나 세무 당국의 정식 증인이 되어 있습니다.

달리 필요한 것이 있으면 알려주십시오.

Outline
1. 무엇을 왜 보내는지 밝힌다.
2. 도움이 되는 서류를 미리 보낸다.
3. 협력적인 결어로 끝을 맺는다.

 Từ khoá trọng tâm

hoàn chỉnh 수정하여 완성시키다, 기입하다
mới nhất 가장 최신의
chứng nhận nộp thuế pháp nhân công ty 법인세 납입 증명서
Cục thuế 세무당국
chứng nhận chính thức 정식 승인, 정식 증인
bất cứ điều gì khác 다른 어느 것, 그 외 다른 어떠한 것

065 서류 긴급 발송

Tôi gửi báo cáo tài sản của giám đốc công ty chúng tôi. Tôi nghĩ rằng báo cáo này đánh giá thấp hơn so với tài sản thực có. Tôi hy vọng mọi điều sẽ diễn ra suôn sẻ.

Xin lỗi vì đây chỉ là một vấn đề mang tính chất đơn giản.

의뢰하신 당사 사장의 자산 보고를 보냅니다. 이 보고서는 어느 쪽이냐 하면 순수자산보다 낮게 평가한 것으로 생각됩니다. 이것으로 모든 것이 순조롭게 진행되길 바랍니다.

간결하게 용건만으로 실례합니다.

Outline
1. 무엇을 발송하는지 밝힌다.
2. 내용이 짧음을 사과한다.

 Từ khoá trọng tâm

tài sản 자산, 재산
nghĩ rằng 라고 생각한다
đánh giá thấp hơn 저평가하다
so với tài sản thực có 실제 재산과 비교하여
diễn ra 진행되다, 발생하다
tính chất đơn giản 간단한 성질, 성격

Email được đính kèm là email khiếu nại từ khách hàng cơ quan bạn chịu trách nhiệm. Vui lòng xử lý nó nhanh chóng và cho chúng tôi biết kết quả.

첨부한 이메일은 그곳 관할 고객으로부터의 불만 이메일입니다. 신속히 대처하시고 결과를 알려주십시오.

Outline
1. 발송물에 대해 설명한다.
2. 신속한 처리와 결과 보고를 요청한다.

 Từ khoá trọng tâm

khiếu nại 항의하다, 불만을 제기하다
từ khách hàng 고객으로부터
cơ quan chịu trách nhiệm 담당 기관, 관할 기관
xử lý 다루다, 처리하다

Mọi người

Tôi gửi cho mọi người bài kế hoạch chiến dịch C/I trong nửa đầu năm tài chính 2019. Ngoài việc quảng cáo truyền thông đại chúng, các phụ kiện sau sẽ được cung cấp. Vui lòng sử dụng các tài liệu này cho các hoạt động xúc tiến bán hàng.

· Huy hiệu C/I

Huy hiệu này sẽ được gửi vào cuối tháng 7. Huy hiệu này được sử dụng cho tất cả những sản phẩm E-TEX. Vui lòng sử dụng nó như một giải thưởng trong các hoạt động bán hàng ở địa phương của bạn.

· Tập sách 「Bình minh của truyền thống」

Tập sách này đã được xuất bản bằng tiếng Việt để giới thiệu văn hóa Hàn Quốc và công nghệ E-TEX. Xin hãy gửi những người có ảnh hưởng như quan chức chính phủ, cán bộ ngân hàng, giáo sư đại học, người dùng, nhà báo, v.v.

Tôi hy vọng những tài liệu này sẽ được sử dụng hiệu quả để quảng bá tên E-TEX trên thị trường của bạn.

여러분

2019 회계 연도 상반기 C/I 캠페인 계획서를 기꺼이 보내드립니다. 매스컴 선전물 외에 아래의 보조품이 공급될 것입니다. 이 자료들을 판매 촉진 활동에 활용하시기 바랍니다.

· C/I 배지

이 배지는 7월 말에 발송될 예정입니다. E-TEX 제품 모두에 이용할 수 있습니다. 귀 지역 판매 활동 때의 경품으로 사용하십시오.

· 책자「전통의 새벽」

이 책은 한국 문화와 E-TEX의 기술을 소개하기 위하여 베트남어로 출판되었습니다. 정부 관료, 은행 관계자, 대학 교수, 사용자, 저널리스트 등 유력한 분들에게 주시기 바랍니다.

귀 시장에서 E-TEX의 이름을 넓히기 위해 이들 자료가 효과적으로 사용되길 바랍니다.

Outline

1. 발송물을 설명하고 활용을 기대한다.
2. 자료 활용법을 설명한다.
3. 자료의 활용을 바라고 끝을 맺는다.

 Từ khoá trọng tâm

chiến dịch 캠페인
truyền thông đại chúng 매스컴
phụ kiện 보조의
hoạt động xúc tiến 촉진 활동
huy hiệu 배지

Mọi người

Lần này, chúng tôi có một mẫu báo cáo kỹ thuật mới và giấy hướng dẫn về nó, tôi sẽ gửi nó qua đường hàng không.

Mục đích của báo cáo này là giúp bộ phận dịch vụ của bạn dễ dàng thông báo cho chúng tôi về các vấn đề của sản phẩm hoặc khiếu nại của khách hàng. Điều này sẽ giúp chúng tôi khắc phục những vấn đề này dễ dàng hơn.

Xin vui lòng sử dụng ngay mẫu này cho chúng tôi biết khi vấn đề nào đó phát sinh. Và vui lòng cho chúng tôi biết nếu bạn có bất kỳ ý kiến nào để cải thiện chất lượng và dịch vụ cho xe nâng.

여러분

이번에 기술 보고의 새 양식과 거기에 관한 안내서가 완성되었기에 별도의 항공편으로 발송합니다.

이 보고서의 목적은 귀 서비스 부서가 제품에 관한 문제나 고객의 불만 등을 저희들에게 통지하기 쉽도록 하기 위해서입니다. 저희들로서도 이들 문제를 시정하기가 용이해질 것입니다.

부디 문제가 일어나는 대로 즉시 이 양식을 사용하여 저희들에게 알려주시기 바랍니다. 또 지게차의 품질과 서비스를 향상시키기 위한 제안이 있으면 무엇이라도 좋으니 알려주시기 바랍니다.

Outline
1. 새 양식을 별도로 발송함을 알린다.
2. 새 양식의 목적과 장점을 밝힌다.
3. 협력을 의뢰한다.

 Từ khoá trọng tâm

hàng không 항공
khắc phục vấn đề 문제를 해결하다
sử dụng ngay 즉시 사용하다
vấn đề nào đó 어떠한 문제
phát sinh 발생하다
cải thiện chất lượng và dịch vụ 품질과 서비스를 개선하다

149

Chúng tôi đã gửi kèm theo danh sách đính kèm như sau.

1. Lý do
2. ngày giao hàng
3. Tên máy bay/thuyền
4. Cảng xuống hàng
5. Số AWB
6. Số hóa đơn

Lưu ý) Điều khoản 3, 4, 5, 6 chỉ liên quan đến vận chuyển hàng hóa, không bao gồm bưu kiện. Các tài liệu như hóa đơn vận chuyển hàng hóa, đường hàng không và vận đơn được gửi riêng bằng chuyến bay.

첨부 리스트의 품목을 아래와 같이 출하했습니다.

1. 이유

2. 출하 기일

3. 비행기편 / 선박명

4. 양륙항

5. AWB 번호

6. 송장 번호

주) 항목 3, 4, 5, 6은 화물 수송에만 관계되는 것으로 우편, 소포 우송분의 경우는 포함되지 않습니다. 화물 수송 송장이나 공수 증권, 선하 증권 등의 서류는 별도 항공편으로 송부됩니다.

Outline
1. 표제가 들어간다.
2. 송장에 대해 간단하게 설명을 한다.
3. 출하 정보를 조목별로 쓴다.
4. 정보에 대해 단서를 단다.

 Từ khoá trọng tâm

gửi kèm theo ··· ···에 따라 보내다, 첨부하다
vận chuyển 수송하다
không bao gồm 포함하지 않다
gửi riêng 별도로, 개별적으로 보내다
bằng chuyến bay 항공편으로

Xin chào

Các tài liệu đính kèm là 4 loại bao gồm giấy hợp đồng mua hàng cuối cùng, giấy hợp đồng bảo mật, đơn hàng quốc tế/ trong nước.

Giấy hợp đồng mua hàng, bảo mật: Có 2 bản mỗi bản sẽ được in màu một lần, sau đó kí ngày vào trang cuối + dấu (mỗi trang)

Đơn hàng: Sau khi ghi chép đặt hàng, sẽ in màu và ký tên + dấu vào trang cuối cùng.

Vui lòng gửi bản gốc đến trụ sở chính. Sau khi ký, chúng tôi sẽ trả lại cả hợp đồng mua hàng và hợp đồng duy trì bảo mật cho công ty của bạn.

안녕하세요.

첨부파일은 최종 구매계약서와 비밀유지계약서 및 국제/국내 주문서 총 4건입니다.

계약서와 비밀유지계약서: 각 2부씩 컬러 프린트를 한 다음 마지막 페이지에 서명날인 + 간인(모든 페이지마다)

주문서: 주문 내용을 기재 후 컬러프린트를 한 다음 마지막 페이지에 서명날인 + 간인

원본은 본사로 우편으로 보내주세요. 우리는 서명날인 후 계약서와 비밀유지계약서를 모두 귀사로 회신하겠습니다.

Outline

1. 첨부파일의 내용을 알린다.
2. 각 서류에 해야 할 것을 알린다.
3. 본사의 지침을 알린다.

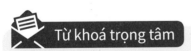 Từ khoá trọng tâm

bảo mật 보안
quốc tế 국제의
trong nước 국내의
mỗi 각각의, 모든
in màu 컬러 인쇄
kí 기입하다

Anh Nguyễn Văn Mạnh kính mến

Tôi xin đính kèm 2 bản hợp đồng với công ty anh. Vui lòng ký tên cả hai bên và trả lại một bản sao càng sớm càng tốt.

Tôi cũng đính kèm hóa đơn thanh toán thứ nhất.

Tôi mong bạn giúp đỡ cho.

Nguyễn Văn Mạnh 씨 앞

귀사와의 계약서 2통을 첨부합니다. 양쪽에 서명하시고 1통을 가급적 빨리 반송해 주시기 바랍니다.

또 첫 번째 지불 청구서도 첨부했습니다.

잘 부탁드립니다.

Outline

1. 발송물을 설명하고 적절한 처리를 의뢰한다.
2. 기타 첨부물에 대해 설명한다.
3. 협력을 요청한다.

 **Từ khoá trọng tâm**

ký tên 서명하다

cả hai bên 양쪽 모두

trả lại 돌려주다

hóa đơn thanh toán thứ nhất 첫 번째 지불 청구서

Tôi mong bạn giúp đỡ cho 도와주시길 바랍니다

Tôi đã ký bản hợp đồng mà bạn đã gửi vào ngày 6 tháng 8 và đính kèm nó bên dưới.

Tôi đã gửi hóa đơn đến phòng kế toán để thanh toán.

Tôi hy vọng chúng ta sẽ có được một mối quan hệ cùng có lợi trong tương lai.

8월 6일에 보내주신 계약서를 적절히 서명하여 첨부합니다.

보내주신 청구서는 지불하도록 경리부로 돌렸습니다.

금후 상호 유익한 관계를 누릴 수 있기를 바랍니다.

Outline
1. 서명한 계약서의 반송을 알린다.
2. 청구서에 대한 조치를 알린다.
3. 사교적인 말로 끝을 맺는다.

 Từ khoá trọng tâm

gửi A đến B A를 B로 보내다
để thanh toán 계산하기 위해
cùng có 같이 가지다, 양측 모두 가지다
lợi 이익

Xin chào.

Tôi gửi hóa đơn phát hành lại về công việc của chúng tôi vào ngày 14 tháng 8 năm 2019. Đây là hóa đơn, số 703-261-78, được lập vào ngày 10 tháng 9 mà bạn đã nói rằng công ty bạn không thể tìm thấy.

Tôi mong bạn không để điều này gây ra vấn đề thanh toán kép.

Ngoài ra, Cai này đã qua thời hạn lâu rồi nên tôi sẽ cảm ơn nếu bạn xử lý nhanh quá trình thanh toán này.

Kang Tae Il
Giám sát phòng kế toán
Đính kèm

안녕하세요.

2019년 8월 14일에 시행된 당사 업무에 대한 재발행 송장을 보냅니다. 이것은 귀사가 찾아낼 수가 없다고 말씀하시는 9월 10일자 송장 703-261-78번으로 청구된 것입니다.

이것으로 인해 이중 지불 문제가 야기되지 않도록 하시기 바랍니다.

또 이 계산은 기한이 상당히 지났기 때문에 지불 수속을 신속하게 해주시면 매우 고맙겠습니다.

강태일

회계감독

동봉

Outline
1. 무엇을 왜 발송했는지 밝힌다.
2. 주의를 촉구한다.
3. 신속한 처리를 요구하고 끝을 맺는다.

 Từ khoá trọng tâm

không (thể) tìm thấy 찾을 수 없는, 발견할 수 없는
thanh toán kép 이중 계산, 이중 지불
qua thời hạn 기한이 지나다
A nên B A이기 때문에 B이다
quá trình thanh 지불 수속, 과정

Part 04 비즈니스 Ⅱ

074 기획 보충자료와 영업자료 발송

Tài liệu đính kèm theo email này là một số tài liệu chúng tôi đã thảo luận về đào tạo nội bộ.

Những tài liệu này sẽ giúp chúng tôi có được kiến thức thực tế về chương trình chúng tôi sẽ thực hiện. Tuy nhiên, hãy lưu ý sau khi những tài liệu này đã được xuất bản, chương trình của công ty chúng tôi trong lĩnh vực này đã thay đổi một chút.

Tôi cũng đã đính kèm một cuốn sách giới thiệu công ty để bạn tham khảo. Chúng tôi đã viết về doanh nghiệp của chúng tôi và các nền tảng khác.

Tôi muốn cung cấp cho bạn một giải thích đầy đủ hơn về vấn đề này với sách giáo khoa thực tế. Chúng tôi sẽ theo ý kiến bạn muốn gặp ở đâu dù là công ty chúng tôi hay công ty bạn cũng đều được.

Vui lòng liên hệ với tôi nếu bạn cần giúp đỡ của chúng tôi.

이 이메일에 첨부한 것은 사내 교육에 관해서 의논한 데 따른 몇 가지 자료입니다.

이 자료들은 우리들이 실시할 프로그램에 대한 실제 지식을 얻는 데 도움이 될 것입니다. 그러나 자료들이 출판된 이후, 이 분야에 있어서의 당사의 프로그램이 상당히 확대되었음을 이해하시기 바랍니다.

참고로 회사 안내책자도 첨부했습니다. 거기에는 당사 영업 내용의 개요와 기타 배경을 기재했습니다.

이 건에 관해서 실제의 교재를 가지고 좀 더 완전한 설명을 드리고 싶습니다. 장소는 당사가 됐건 귀사가 됐건 편하신 대로 하시면 됩니다.

달리 도와드릴 수 있으면 서슴지 마시고 연락하시기 바랍니다.

Outline
1. 관련 자료 발송과 내용에 관해서 간단히 설명한다.
2. 다른 자료도 발송함을 알린다.
3. 다음 논의를 제안한다.
4. 다른 분야에서도 도움이 되고 싶다는 뜻을 전한다.

 Từ khoá trọng tâm

một số 일부의

đào tạo nội bộ 사내 교육

kiến thức thực tế 실제 지식, 실전 지식

chương trình 프로그램

thay đổi một chút 조금 변하다

tham khảo 참고하다

doanh nghiệp 사업, 영업

Anh Trần Đình Trọng kính mến

Trước tiên tôi xin gửi lời cảm ơn tới qúy viện nghiên cứu đã tạo điều kiện giúp tôi có cơ hội diễn giảng tại đây. Tôi cũng rất vui khi được biết kết quả đã diễn ra rất thành công.

Dưới đây tôi xin gửi đính kèm một số tài liệu liên quan đến buổi nói chuyện của chúng ta về phương pháp sửa luận văn kỹ thuật và phương pháp phát biểu luận văn. Tài liệu này khái quát mọi khía cạnh cũng như những suy nghĩ mà tôi ấp ủ bấy lâu nay. Tôi rất vui nếu có thể giải thích bổ sung thêm về thông tin này khi hai bên có thể sắp xếp thời gian phù hợp.

Phía chúng tôi rất sẵn lòng giúp đỡ nếu quý viện có bất cứ yêu cầu nào.

친애하는 Trần Đình Trọng 씨

먼저 귀 연구소에서 강연할 기회를 주신 데 대해서 감사를 드립니다. 결과가 무리 없이 잘 되었다는 소식도 즐거웠습니다.

기술 논문의 수정 방법과 발표 방법에 관해 우리가 가졌던 대화와 관련된 자료를 첨부했습니다. 그 자료는 제가 마음에 품고 있던 생각의 대략적인 윤곽을 알려 줄 것입니다. 상호 형편이 좋을 때 이 정보를 보충 설명할 수 있으면 기쁘겠습니다.

그 사이에 저희들이 달리 도움을 드릴 수 있으면 주저마시고 요구하시기 바랍니다.

Outline

1. 강연의 감상을 겸한 사례를 한다.
2. 관련 자료를 발송하고 흥미가 있으면 설명에 응한다는 뜻을 알린다.
3. 협력적인 자세를 나타내면서 끝을 맺는다.

 Từ khoá trọng tâm

gửi lời A tới B A(의도)하는 말을 B에 전하다

dưới đây 아래에, 하단에

phương pháp 방법, 방안

sửa luận văn 논문을 수정하다

phát biểu 발표하다

khái quát 개괄하다

khía cạnh 윤곽, 관점, (어떤 사물의) 면

ấp ủ bấy lâu nay 오랫동안 품고 있던 생각

giải thích bổ sung thêm 보충하여 설명하다

Vui lòng tham khảo email trả lời mà chúng tôi đã gửi vào tháng. (Có bản sao)

Tuy chúng tôi đã không được mời, nhưng theo tôi được biết một vài ngày trước các nhà doanh nghiệp thương mại Hàn Quốc và các giám đốc thường trực bộ phận mua bán tại các công ty lớn trong khu vực đã tổ chức một cuộc họp tại Hồ Chí Minh. Kết quả là, chúng tôi xin gửi e-mail cho bạn một lần nữa về việc cung cấp các bộ phận đúc nhôm áp lực alluminum.

Chúng tôi rất hoan nghênh cơ hội giới thiệu cho bạn biết thêm về khả năng sản xuất của chúng tôi và hy vọng chúng tôi sẽ trở thành nhà cung cấp chính của bạn.

Tôi mong muốn sẽ có cơ hội làm việc cùng nhau và chúng tôi sẽ đợi hồi âm của bạn.

저희가 6월에 보낸 이메일에 대해서 귀하가 정중하게 응답한 이메일을 참조하시기 바랍니다. (사본 첨부)

저희는 초대되지 않았습니다만, 며칠 전에 호치민에서 한국의 무역업자와 귀 지역의 주요 회사 구매 담당 이사가 회의를 가졌습니다. 이 때문에 알루미늄제 압력·중력 다이캐스트 부품의 공급에 관해 재차 이메일을 드리게 되었습니다.

저희는 당사의 제조 능력에 관해서 좀 더 자세한 것을 알려드릴 기회를 환영하며, 결국 귀사의 주요 공급자가 되길 희망하고 있습니다.

답장을 기다리며 함께 일할 기회가 있기를 고대합니다.

Outline
1. 주고받은 내용을 첨부하고 지금까지의 경위를 알린다.
2. 이쪽에서 입수한 정보에 의거하여 새로운 움직임을 알린다.
3. 향후 업무에 대한 일정을 알린다.
4. 답장을 요구하며 끝을 맺는다.

 Từ khoá trọng tâm

Vui lòng tham khảo 참조하시기 바랍니다
tổ chức cuộc họp 회의를 가지다
lần nữa, thêm lần nữa 재차
về … …에 관하서

Tôi đã có một cuộc nói chuyện với ông Dũng ở Viện Hoa Nam. Ông Dũng đã giới thiệu quý công ty là nhà phân phối sản phẩm của chúng tôi tại Việt Nam. Ông Dũng nói rằng chúng tôi có thể thu thập tìm hiểu thêm thông tin về công ty của bạn, nhưng ngoài ra, chúng tôi cũng mong muốn bạn biết thêm một số thông tin về công ty chúng tôi.

Chúng tôi đã đính kèm một số tài liệu như là các hợp đồng bán hàng, truyền đơn giới thiệu công ty và các dữ liệu film khác về 'Thinking International' ở bên dưới. Nếu bạn có thành ý muốn trở thành đại lý của chúng tôi, hãy cho chúng tôi biết bạn nghĩ gì về thị trường tư duy quốc tế tại Việt Nam và những gì công ty bạn có thể cung cấp, đáp ứng. Tôi cũng sẽ đính kèm một bản sao 'Hướng dẫn đề xuất bán hàng' - bản này biểu thị những thông tin cần thiết đối với công ty chúng tôi trước khi ký kết thỏa thuận đại lý.

Chúng tôi cũng sẽ rất vui lòng chuẩn bị các tài liệu film để bạn có thể dễ dàng trong việc tìm hiểu công ty chúng tôi.

Rất mong sớm nhận được hồi âm.

저는 방금 Hoa Nam 연구소의 Dũng 씨와 이야기를 나누었습니다. Dũng 씨는 베트남에서의 당사 제품 판매대리점으로 귀사를 추천하셨습니다. Dũng 씨는 저희가 귀사에 대해서 좀더 알 수 있는 추가 자료를 모으고 있다고 하십니다만, 그 사이에 귀사가 저희에 관한 정보를 얼마간 아셨으면 합니다.

첨부한 것은 당사의 판매 계약서와 팸플릿 그리고 기타 'Thinking International' 필름 시리즈의 설명 자료입니다. 귀사가 당사의 대리점이 되는 것에 흥미가 있으시면 베트남에 있어서의 'Thinking International' 시장에 관한 생각과 귀사가 제공할 수 있는 업무에 관해서 알려주십시오. 저도 대리점 계약에 들어가기 전에 당사가 필요로 하는 정보를 표시한 '판매 제안서에 관한 지침' 사본 1부를 첨부합니다.

물론 귀하가 필름 여섯 개를 모두 보셔야 하기 때문에 그에 대한 준비를 기쁘게 하겠습니다.

곧 답장을 주시기 바랍니다.

Outline
1. 소개자와의 관계와 이메일의 목적을 밝힌다.
2. 첨부한 물품에 대한 언급과 구체적인 정보를 알리고 제안을 한다.
3. 적극적인 자세를 보이고 답변을 요구하면서 끝을 맺는다.

 **Từ khoá trọng tâm**

A về B B에 대해/대한 A
trước khi … …(동사, 문장)이기 전에

Công ty SM đang muốn bán "Thinking International" ra bên ngoài phạm vi Hàn Quốc. Nếu tại quốc gia của bạn có công ty nào có quan tâm đến việc này, vui lòng chuẩn bị một bản đề án với các thông tin dưới đây:

1. Hiệu suất công ty, đặc biệt là phân phối "Thinking International" dùng cho giáo dục trong công ty (giải thích kế hoạch tham gia thị trường này nếu không có phân phối loại này)

2. Giải thích thị trường về "Thinking International" (phân loại, quy mô, trưởng thành, vv), bao gồm các giả định liên quan đến việc vận dụng "Thinking International" đến khách hàng.

3. Ước tính số tiền bán và cho thuê của Thinking International

4. Giải thích về đội ngũ bán hàng và kế hoạch tiếp thị của Thinking International

5. Mẫu tài liệu quảng cáo in được sử dụng trong các sản phẩm tương tự

6. Mô tả tài liệu phim dùng cho giáo dục trong các doanh nghiệp khác mà quý công ty đang bán.

7. Lập kế hoạch dịch sách hướng dẫn dùng cho giáo viên hoặc hướng dẫn người dùng của Thinking International hoặc kế hoạch lồng tiếng cho phim.

SM사는 한국 외에서의 Thinking International의 판매를 원하고 있습니다. 자국에서 판매권에 흥미가 있는 회사는 다음 정보를 포함한 제안서를 준비하시기 바랍니다.

1. 회사의 실적, 특히 기업 내 교육용 필름관계의 배급 실적 (이 유형의 배급 실적이 없으면 이 시장에 진출하기 위한 계획을 설명한다.)

2. Thinking International에 대한 시장 설명(구분, 규모, 신장 등), Thinking International이 고객에게 어떻게 이용될 것인가에 관한 가정을 포함시킨다.

3. Thinking International의 매상 및 임대량의 견적

4. Thinking International의 회사 판매팀과 마케팅 계획의 설명

5. 유사 제품에 사용된 귀사의 판매 촉진용 인쇄물 샘플

6. 귀사가 판매하고 있는 다른 기업내 교육용 필름의 설명

7. Thinking International의 교사용 또는 이용자용 지침서의 번역 계획 또는 필름의 더빙 계획

Part 04.

비즈니스 II

Outline

1. 판매 제안서의 준비를 요청한다.
2. 판매 제안서의 구체적인 정보를 요구한다.

 Từ khoá trọng tâm

muốn A A를 원하다
bên ngoài B B 외에서
nếu … …(으)면
A để B B기 위한 A
dùng cho giáo viên 교사용
hoặc 또는

Tôi đã được nghe về công ty của bạn từ Hồ Chí Minh Hills Productions.

Chúng tôi hiện đang sản xuất và bán ra thị trường Hàn Quốc các loại đĩa DVD về lĩnh vực du lịch và giáo dục. Ở đây bao gồm hai đĩa DVD thời lượng 30 phút nói về Gyeongju và BuYeo và DVD thời lượng 50 phút nói về Đà Nẵng. Quan tâm đến thị trường Việt Nam, chúng tôi cũng đã sản xuất DVD với đầy đủ giải thích và bao bì được sản xuất bằng tiếng Việt.

Cho đến nay, nó đã được bán rất nhiều cho khách du lịch tại Hàn Quốc và Việt Nam. Bây giờ chúng tôi muốn bán trực tiếp tại Việt Nam. Các kênh thị trường mà DVD này có thể bán ra mà chúng tôi nghĩ đến đó là đại lý du lịch, cửa hàng video, hiệu sách, trường học và thư viện.

Nếu bạn quan tâm đến việc trở thành đại lý bán hàng của chúng tôi tại Việt Nam, hoặc nếu bạn biết bất kỳ công ty nào khác tại Việt Nam có quan tâm, vui lòng gửi cho chúng tôi ý kiến phản hồi của bạn.

Chúng tôi đính kèm bản DVD tiếng Việt nói về Gyeongju và Grant để bạn tham khảo.Tôi sẽ chờ đợi hồi âm của bạn.

호치민의 힐스 프로덕션으로부터 귀사에 대해서 들었습니다.

당사는 한국에서 다수의 여행용·교육용 DVD를 제작·판매하고 있습니다. 여기에는 경주와 부여에 관한 30분짜리 DVD 2개와 다낭에 관한 50분짜리 DVD가 포함되어 있습니다. 베트남 시장을 염두에 두고 해설과 포장을 완전히 베트남어로 한 DVD도 생산되었습니다.

지금까지는 한국과 베트남의 관광객들에게 아주 많이 팔렸습니다. 당사는 이제 베트남에서 직접 이들을 판매하고자 합니다. 이 DVD의 판매가 가능한 시장으로 생각하는 곳은 여행사, 비디오 가게, 서점, 학교 및 도서관 등입니다.

귀사가 베트남에서 판매대리점이 되는 데 관심이 있는지 또 귀사 외에 흥미를 갖고 있는 추천할 만한 베트남 회사가 있으면 의견을 보내주시면 고맙겠습니다.

귀하의 검토를 위해서 경주와 부여에 관한 DVD의 베트남어판을 첨부합니다. 답장을 기다리겠습니다.

Outline

1. 이메일을 보낸 배경을 설명한다.
2. 자사 제품을 소개한다.
3. 지금까지의 실적을 알린다.
4. 차후의 전망을 알린다.
5. 관심이 있는지 타진한다.
6. 답장을 요구하면서 끝을 맺는다.

 Từ khoá trọng tâm

nghe về B từ A   A로부터 B를 들었다
quan tâm đến …   …를 염두에 두다
được bán cho A   A에게 팔린다
định …   …고자 합니다

Kính gửi ông Dũng

Khi ông Park Moon Su- Chủ tịch của chúng tôi, đến thăm Hải Phòng vào mùa xuân năm ngoái, ông đã đề cập rằng có quan tâm đến việc nhập khẩu hàng tiêu dùng từ Hàn Quốc.

Chúng tôi là một trong những nhà phân phối lớn nhất và phát triển nhanh nhất tại Hàn Quốc. Tôi sẽ gửi danh mục sản phẩm của Công ty với giấy đặt hàng và điều kiện giao dịch qua thư riêng. Hoa hồng 2.5% được miễn cho các đơn đặt hàng trên 10,000 đô la, hoa hồng là 5% cho các mặt hàng có hoa hồng 7.5%.

Tôi sẽ đợi hồi âm của ngài.

Trân trọng,

No Chang Do
Phó giám đốc
Kinh doanh quốc tế

친애하는 Dũng 씨

저희 회사 사장 박문수 씨가 지난봄에 하이퐁을 방문했을 때 귀하께서는 한국으로부터의 소비재 수입에 흥미가 있다고 언급하셨습니다.

당사는 한국에서 가장 크고 급속한 성장을 하고 있는 할인 상사 중 하나인 베스트 프로덕츠의 수출 대리점입니다. 별도 우편으로 당사의 주문 용지, 거래 조건과 함께 베스트 프로덕츠사의 카탈로그를 보내겠습니다. 1만 달러가 넘는 주문에 대해서는 2.5%의 수수료가 면제되며, 7.5% 수수료인 상품에 대해서는 수수료가 5%가 됩니다.

답장을 기다리겠습니다.

감사합니다.

노창도

부사장

해외영업

Outline
1. 상대방과의 접촉 사실을 알린다.
2. 회사 소개, 거래 조건 따위의 구체적인 정보를 제공한다.
3. 답장을 요구하면서 끝을 맺는다.

 Từ khoá trọng tâm

đề cập rằng ··· ···다고 언급하다
có quan tâm(hứng thú) đến ··· ···에 흥미가 있다
B là một trong A A 중 하나인 B
riêng 별도
hoa hồng 수수료가 면제된다

Chúng tôi rất vui mừng được mời bạn đến một hội thảo đầu tư quan trọng ở nước ngoài được tổ chức bởi Tập đoàn Đầu tư nước ngoài của chúng tôi.

Hội thảo này được thiết kế để cung cấp cho bạn cơ hội tìm hiểu thêm về bốn quỹ hàng ngày được biết đến rộng rãi trên khắp thế giới dưới hình thức chứng khoán, bất động sản và chứng khoán lãi suất cố định. Buổi hội thảo cũng sẽ thảo luận về các tài khoản vốn chủ sở hữu nhóm hàng ngày của Hồng Kông, cách tốt nhất để đầu tư ra nước ngoài.

Các quỹ này mang lại thu nhập, lợi tức vốn hoặc cả hai. Ngoài ra, tài khoản chứng khoán của Thành phố Hồ Chí Minh có thể quản lý tài sản tài chính trực tiếp và do đó có thể thay đổi số dư đầu tư của mình để phù hợp với nhu cầu thay đổi của chính mình. Quyền sở hữu cổ phiếu có thể là một trong 4 quỹ hoặc tất cả, hoặc bất kỳ sự kết hợp nào.

Tại hội thảo, các chuyên gia đầu tư từ trụ sở Seoul sẽ đến và nói chuyện, ngoài ra cũng có sự tham gia của Tiến sĩ Phú Hưng Đông, một chuyên gia đầu tư nước ngoài từ chi nhánh Hồ Chí Minh. Tiến sĩ sẽ trả lời tư vấn cho các bạn trong một tuần kể từ khi bắt đầu hội thảo. Có thể tư vấn tại địa điểm tổ chức hội thảo, nhưng cũng có thể đặt chỗ qua điện thoại. Vui lòng đăng ký tại Trụ sở chính của Seoul (02) 313-3215.

Chúng tôi hy vọng rằng bạn sẽ có thể tham dự hội thảo và lễ tiếp đón sau khi buổi hội thảo kết thúc.

저희 해외 투자 그룹 주최로 열리는 중요한 해외 투자 세미나에 귀하를 초대하게 된 것을 기쁘게 생각합니다.

이 세미나는 주식, 부동산, 확정 이자부 증권의 형태로 세계에 퍼져 있는 4개의 매일 펀드에 관해 상세히 알 기회를 드리기 위해서 계획되었습니다. 세미나에서는 최적의 해외 투자 방법인 홍콩의 매일 그룹 주식 계좌에 관해서도 설명할 것입니다.

이들 펀드는 소득, 자본 증가 또는 그 양자를 가져오게 합니다. 또 호치민의 주식 계좌는 직접 금융 자산의 관리를 할 수 있고 이에 따라 자기 투자의 잔고를 스스로의 필요성의 변화에 맞추어서 바꾸는 것이 가능해집니다. 주식의 소유는 4펀드 중의 하나, 모두 혹은 그 어느 것의 조합으로도 가능합니다.

세미나에서는 서울 본사로부터 투자 전문가들이 와서 이야기하는 외에 호치민 지점으로부터 해외 투자 전문가 푸헝둥 박사도 참석할 것입니다. 박사는 세미나 개시부터 1주일간 여러분의 상담에 응할 것입니다. 상담 신청은 세미나 회장에서도 가능합니다만 지금 전화로도 예약이 됩니다. 서울 본점 (02) 313-3215로 신청하시기 바랍니다.

세미나와 세미나 종료 후의 리셉션에 다 같이 참석하실 수 있기를 바랍니다.

Outline
1. 세미나의 개최를 알리고 초대한다.
2. 세미나의 목적을 알린다.
3. 좀 더 자세한 정보를 알려서 참석하고 싶은 의욕을 갖도록 유도한다.
4. 참여를 호소하면서 끝을 맺는다.

 Từ khoá trọng tâm

được tổ chức bởi A A 주최로 열린다
do đó 이에 따라
trả lời tư vấn 상담에 응한다
đặt chỗ qua điện thoại 전화로 예약이 된다
lễ tiếp đón 리셉션

Anh Nguyễn Văn Mạnh kính mến

Bản đính kèm dưới đây là bản sao của một bài viết nổi bật của tờ Korea Times vào ngày hôm qua. Tôi nghĩ nó sẽ là một tài liệu đáng để tham khảo. Nó đề cập đến các vấn đề liên quan đến tiếp thị ở Hàn Quốc và một số thất bại điển hình.

Tôi cũng nghĩ rằng đó sẽ là một tài liệu đánh giá mới khi bạn xem xét đề xuất của chúng tôi.

Xin vui lòng liên hệ với chúng tôi sớm.

Kwon Yong Su
Phó giám đốc
Đính kèm

친애하는 Nguyễn Văn Mạnh 씨

첨부한 것은 어제 코리아 타임스의 특집 기사 사본입니다. 참고가 되지 않을까 생각해서 보냅니다. 한국에 있어서의 마케팅에 관련된 문제점을 취급한 것으로 전형적인 실패담도 몇 가지 게재되어 있습니다.

또한 저희들의 제안을 고려해주실 때의 새로운 검토 재료가 되지 않을까 합니다. 곧 연락 주시기 바랍니다.

권용수

부사장

동봉

Outline
1. 첨부물에 관한 설명을 한다.
2. 제안 중인 계획과 관련짓는다.
3. 답변을 바란다는 결어로 끝을 맺는다.

 **Từ khoá trọng tâm**

vấn đề 문제점

thất bại điển hình 전형적인 실패담

khi … (으)ㄹ 때

xem xét(cân nhắc) 고려한다

Anh Nguyễn Văn Linh kính mến

Hôm qua, Chúng tôi xin bày tỏ lòng biết ơn chân thành của Nhà hàng đến anh vì đã sử dụng dịch vụ của chúng tôi cùng với những vị khách hết sức tuyệt vời. Chúng tôi chân thành hy vọng rằng tất cả mọi người trong bữa tiệc của anh đều hạnh phúc và hài lòng về mọi thứ.

Tôi xin đính kèm biên lai cho bàn Ngài đã yêu cầu. Ngoài ra, xin Ngài vui lòng tham khảo thực đơn Giáng sinh đặc biệt của chúng tôi.

Chúng tôi rất mong muốn được phục vụ Ngài trong những thời gian sắp tới.

Trân trọng cảm ơn.

Song Tae Sik
Trợ lý
Đính kèm

친애하는 Nguyễn Văn Linh 씨

어제는 훌륭하신 손님과 함께 이용해주신 데 대해서 심심한 사의를 표합니다.

귀 일행의 모든 분들이 즐거우셨고 모든 것이 만족스러웠기를 진심으로 바랍니다.

의뢰하신 리셉션 음식대의 영수증을 첨부합니다. 또 실례를 무릅쓰고 저희들의

크리스마스 특별 메뉴를 첨부하였으니 참고로 하시기 바랍니다.

그러면 조속한 시일에 재차 이용이 있으시길 고대하겠습니다.

감사합니다.

송태식

대리

동봉

Outline
1. 이용에 대한 사례를 한다.
2. 용건을 알리며, 소프트 셀을 한다.
3. 재차 이용을 바라면서 끝을 맺는다.

 Từ khoá trọng tâm

Bày tỏ lòng biết ơn chân thành của 심심한 사의를 표합니다

Chân thành hy vọng 진심으로 바랍니다

đính kèm 첨부하다

084 대화 진행 요청

Lê Văn Đức thân mến,

Cảm ơn bạn đã gửi e-mail vào ngày 8 tháng 9 để chúng tôi biết được nguyện vọng của bạn về việc thảo luận các vấn đề mà cả hai bên quan tâm.

Chúng tôi luôn quan tâm đến các đề xuất cải tiến bộ máy vận hành. Và chúng tôi đặc biệt quan tâm đến công nghệ mài của công ty bạn.

Xin vui lòng cho tôi biết khi nào chúng ta có thể sắp xếp một cuộc họp mặt. Tôi cũng sẽ rất biết ơn nếu bạn có thể gửi thêm cho tôi về thông tin bổ sung sản phẩm của quý công ty. Điều này sẽ giúp cuộc họp của chúng ta đạt hiệu quả hơn.

Tôi sẽ chờ hồi âm của bạn.

Trân trọng,

Choi Seoung Jae
Phó giám đốc điều hành

친애하는 Lê Văn Đức 씨

귀하가 상호 관심이 있는 분야에 관해서 의논하고 싶다는 의사를 표명하신 9월 8일자 이메일에 감사를 드립니다.

당사는 운영 개선에 관한 제안에는 언제나 관심을 가지고 있습니다. 연마 기술에 있어서의 귀사의 전문 지식에 특히 관심이 있습니다.

언제 그와 같은 모임을 가지면 좋을지 알려주십시오. 또 귀사의 일련 제품에 관한 추가 정보를 받을 수 있으면 고맙겠습니다. 이것은 그러한 모임을 보다 효과적으로 하는 데 도움이 될 것입니다.

답장을 기다리겠습니다.

감사합니다.

최성재

이사

Outline

1. 이메일을 받았음을 알린다.
2. 마음이 내켰음을 알린다.
3. 금후의 구체적인 진행에 관해서 언급한다.
4. 답장을 요구하며 끝을 맺는다.

 Từ khoá trọng tâm

hai bên, đôi bên 상호
quân tâm đến ⋯ ⋯에 관심이 있다
cải tiến bộ máy vận hành 운영 개선

Kính gửi Lê Văn Đức,

Chúng tôi muốn cảm ơn bạn vì các tài liệu thú vị về công nghệ máy photocopy mà bạn đã gửi.

Dựa trên các tài liệu bạn đã cung cấp làm cơ sở, chúng tôi đã xem xét cẩn thận về khả năng liên kết hợp tác giữa hai bên song vẫn chưa đưa ra quyết định cuối cùng. Vấn đề chính là sản phẩm bạn đề cập quá xa với lĩnh vực mà chúng tôi hoạt động Vì vậy, đề xuất này chúng tôi xin lưu lại làm tài liệu để đánh giá xem xét trong tương lai.

Tôi hy vọng rằng chúng ta vẫn có thể tiếp tục giữ liên lạc trong tương lai. Chúng tôi luôn hoan nghênh các đề xuất và ý tưởng khác của bạn.

Xin chân thành cảm ơn.

친애하는 Lê Văn Đức 씨

귀 지역의 복사기 기술에 관한 흥미 있는 자료에 감사를 드립니다.

당사는 귀하가 제공한 자료를 기초로 제휴 가능성을 면밀히 검토하였으나 최종 결정에 도달하지 못했습니다. 주된 문제점은 문제의 제품이 당사가 전문으로 활동하는 분야와는 너무나 동떨어졌다는 사실입니다. 그래서 이 제의는 금후의 검토 과제로 보류하겠습니다.

그 사이에도 우리의 연락이 계속되길 진심으로 바랍니다. 당사는 잇따른 제의나 아이디어를 환영할 것입니다.

신속한 후속 조치에 재차 감사를 드립니다.

Outline

1. 자료를 보내준 데 대한 사례를 한다.
2. 검토 결과 자사의 사업 영역에서 벗어남을 알린다.
3. 차후에도 정보를 보내주길 바란다는 뜻을 전한다.
4. 재차 사례를 하면서 끝을 맺는다.

 Từ khoá trọng tâm

đưa ra quyết định 결정에 도달하다

qúa xa 너무나 동떨어지다

giữ liên lạc 연락이 계속되다

Kính gửi Đoàn Văn Hậu

Cảm ơn bạn đã gửi email vào ngày 13 tháng 7 về việc thiết lập cơ sở container mới tại cảng Hải Phòng.

Vị trí hiện tại của công ty chúng tôi tại Việt Nam là thành phố HCM. Trong khoảng thời gian tới chúng tôi không có kế hoạch tăng số lượng các cảng thông quan do chế độ hạn chế xuất khẩu mà chính phủ Hàn Quốc thi hành đối với các sản phẩm của chúng tôi vào Việt Nam và cùng với theo xu hướng bán hàng mới.

Tuy nhiên, tôi cảm thấy rất biết ơn thông tin của bạn và sẽ bảo quản để làm tài liệu tham khảo trong tương lai.

Trân trọng,

Bae Moon Ho
Trưởng phòng Lưu thông hàng hóa

친애하는 Đoàn Văn Hậu 씨

하이퐁항의 새 콘테이너 시설에 관한 7월 13일자 이메일에 감사를 드립니다. 베트남에서 당사가 현재 사용하고 있는 곳은 호치민 한 곳입니다. 최근의 판매 경향과 한국 정부가 시행한 베트남에 대한 당사 제품의 수출 제한하에서는 당분간 통관항의 수를 늘릴 계획은 없습니다.

그렇지만 귀사의 정보는 매우 고맙게 느껴지며 금후의 참고를 위해서 보관해두 겠습니다.

감사합니다.

배문호

물류부 과장

Outline
1. 자료에 대한 사례를 한다.
2. 현재는 필요가 없기 때문에 거절 의사를 전한다.
3. 재차 사례를 하며 차후를 위해 정 보를 보관하겠다는 말로 끝을 맺 는다.

Từ khoá trọng tâm

cảng thông quan 통관항
chế độ hạn chế xuất khẩu 수출 제한하
xu hướng bán hang 판매 경향
cảm thấy biết ơn 고맙게 느껴진다
sau này, tương lai 금후

Xin chào,

Hôm nay chúng tôi đã nhận được một bản thông tin tiếp thị "Kỹ thuật cao Việt Nam" của quý công ty kèm theo đó là một hóa đơn trị giá 5000 đô la phí gia nhập hội viên.

Mặc dù chúng tôi đã đề cập đến khả năng trở thành thành viên của quý công ty khi chúng tôi đến thăm trụ sở công ty nhưng chúng tôi chưa cam kết chắc chắn về điều đó. Có thể có một sự hiểu nhầm nào đó ở đây.

Do đó, chúng tôi sẽ trả lại bản tin và hóa đơn. Khi chúng tôi quyết định tham gia với tư cách thành viên, chúng tôi sẽ liên lạc lại sau.

Kim Ji Hyun
Trưởng phòng
Phòng quản lý xuất khẩu
Đính kèm

안녕하세요.

오늘 귀사의 마케팅 정보지「하이테크 베트남」1부를 뜻밖에 받았습니다. '회비'로서 5,000달러의 송장도 첨부되어 있었습니다.

물론 저희 본사를 방문하셨을 때 회원이 될 가능성에 관해서 의논한 기억은 있습니다. 그러나 당사가 알고 있는 한에서는 확약은 하지 않았습니다. 분명히 무엇인가 오해가 있습니다.

따라서 실례를 무릅쓰고 회보와 송장을 반송하겠습니다. 당사가 회원에 가입하기로 최종적으로 결정이 되면 귀사로 연락을 하겠습니다.

김지현

과장

수출관리팀

동봉

Outline
1. 언제 무엇을 받았는지 구체적으로 알린다.
2. 정식으로 계약이 체결되지 않았음을 알린다.
3. 물품을 돌려보낸다는 것과 다시 연락하겠다는 말로 끝을 맺는다.

 Từ khoá trọng tâm

hóa đơn   송장

khả năng trở thành …   …이 될 가능성

có sự hiểu nhầm nào đó   무엇인가 오해가 있다

Tôi vinh dự được thay mặt Chủ tịch Kim của chúng tôi để kiểm tra tài liệu cũng như email mà bạn gửi đến cho Chủ tịch KIM vào ngày 31 tháng 8 vừa qua. Tôi rất lấy làm tiếc vì tài liệu này đã không đến trước khi Giam đốc Park gửi câu trả lời lại đến cho Nghị sĩ B.S.Hong vào ngày 3 tháng 9. Nếu không thì có thể chúng tôi đã đưa ra một câu trả lời khác.

Chúng tôi sau khi xem xét cẩn thận các tài liệu mà bạn gửi đã đưa ra một kết luận rằng chương trình của bạn rất ấn tượng nhưng hiện không đáp ứng nhu cầu của công ty chúng tôi. Vì vậy, tôi nghĩ rằng chúng ta không cần phải sắp xếp một cuộc gặp mặt trong thời gian bạn ở Hàn Quốc.

Chúng tôi đánh giá rất cao sự nỗ lực của bạn trong việc cải thiện mối quan hệ ngoại giao quốc tế. Nhân đây chúng tôi cũng mong rằng bạn sẽ thành công trong tương lai.

귀하가 당사의 김 회장님 앞으로 보낸 8월 31일자 이메일과 자료가 검토하여 대답하도록 저에게 넘어왔습니다. 이 자료가 박 사장님이 B.S. 홍 의원에게 보낸 9월 3일자 답장 전에 도착하지 않은 것이 유감입니다. 그랬더라면 저희들의 응답은 달랐을 것입니다.

저를 포함한 스탭 일동은 자료를 면밀히 검토한 결과 귀 프로그램이 매우 인상적이긴 하지만 현재 당사의 필요에 부응하지 않는다는 결론에 도달했습니다. 따라서 한국에 체류하시는 동안 귀하를 만날 필요가 없으리라고 생각됩니다.

국제적인 커뮤니케이션 향상에 대한 귀하의 관심을 진심으로 높이 평가하며 성공을 거두시기 바랍니다.

Outline
1. 지금까지의 경위를 상세하게 설명한다.
2. 거절과 그 이유를 밝힌다.
3. 상대방을 격려하는 결어로 끝을 맺는다.

 Từ khoá trọng tâm

đưa ra kết luận 결론에 도달하다
trong thời gian (동사)는 동안
đánh giá cao 높이 평가한다
ngoại giao quốc tế 국제적인 커뮤니케이션

Cảm ơn email và các tài liệu bạn đã gửi. Tôi nghĩ nó đã trực tiếp mở ra một con đường hợp tác 'trực tiếp' giữa hai bên. Tôi cũng được nghe từ Ông Đoàn Văn Hậu những giải thích tổng quan về các bộ phim tuyệt vời của công ty bạn cũng như cách tiến hành các giao dịch trong tương lai của chúng ta. Ông Nguyễn Quang Hải cũng đã gửi cho tôi các tài liệu quảng cáo về công ty bạn.

Tại thời điểm này, tôi rất quan tâm đến việc giúp công ty bạn bán sản phẩm tại thị trường Hàn Quốc. Tôi hiểu 「Nguyên tắc đề xuất」 của công ty bạn, nhưng tôi không thể nói bất cứ điều gì mang tính quyết định nếu không có đánh giá riêng về khả năng bán phim của bạn tại Hàn Quốc.

Tôi nghĩ nếu bạn tổ chức cuộc họp tại thủ đô Seoul là tốt nhất. Bằng cách đó, đại diện của các công ty có quan tâm có thể tập hợp lại với nhau. Điều này là không thể nếu tổ chức ở những nơi khác. Với tư cách người tham gia, đại diện của một số công ty và nhà xuất bản hàng đầu sẽ xem xét về khả năng hợp tác lẫn nhau. Tất cả chúng ta đều có cơ hội để thảo luận trực tiếp về các khách hàng tiềm năng. Như vậy, nếu bạn lấy Seoul làm nơi tổ chức nó sẽ được coi như là 1 mũi tên trúng ba đích.

Vui lòng cho chúng tôi biết nếu bạn có thể sắp xếp một buổi họp mặt như vậy. Từ ngày 27 tháng 6 đến ngày 2 tháng 7 tôi có chuyến công tác đến Đài Loan vì tình hình ở đây không được tốt. Nếu có việc gấp, bạn có thể sử dụng điện thoại hoặc fax để liên lạc cho tôi.

5월 22일의 이메일과 첨부한 자료에 감사를 드립니다. 덕분에 커뮤니케이션의 '직접' 경로가 열렸습니다. Đoàn Văn Hậu로부터 귀사의 훌륭한 필름에 대한 대략적인 설명과 금후의 거래 등을 어떻게 진행시켜 갈 수 있느냐에 대한 의견도 들었습니다. Nuyễn Quang Hải도 최근의 이메일에서 이 건을 들고 나오면서 귀사의 선전용 자료도 보내왔습니다.

현 시점에서는 귀사의 한국에서의 판매를 돕는 데 관심이 있습니다. 귀사의 「제안에 관한 지침」의 뜻은 알겠습니다만 귀사 필름의 한국 판매 가능성에 대한 평가를 저희들도 스스로가 해보지 않고서는 결정적인 것은 아무것도 말할 수 없습니다.

「시사」를 서울에서 할 수 있으면 최상입니다. 그렇게 하면 흥미를 나타내고 있는 회사의 대표자들이 한 자리에 모일 수가 있습니다. 이것은 다른 장소에서는 불가능합니다. 참석자로서는 일류 기업 몇 개사의 대표와 출판계의 협력 고려 대상들이 될 것입니다. 우리 모두가 전망을 직접 의논할 수도 있습니다. 이와 같이 서울을 장소로 하면 일석삼사조도 되는 셈입니다.

이와 같은 회합의 예정을 세울 수 있는지 또 가능하다면 언제인지를 알려주십시오. 현재로서 이쪽의 형편이 나쁜 시기는 제가 대만에 출장 가는 6월 27일부터 7월 2일 사이뿐입니다. 급할 때는 전화나 팩스를 사용하십시오.

Outline
1. 지금까지의 경위와 중계자의 노고에 대해 언급한다.
2. 관심이 있음을 알린다.
3. 의논에 대한 이쪽의 제안을 말한다.
4. 상대방의 의향을 묻고 끝을 맺는다.

Từ khoá trọng tâm

mở ra con đường hợp tác 커뮤니케이션의 경로가 열리다
quan tâm đến việc giúp … … 돕는 데 관심이 있다
với tư cách người tham gia 참석자로서
mũi tên trúng ba đích 일석삼사조

Chúng tôi đã cùng với nhà xuất bản xem xét cân nhắc kĩ về khả năng tiếp cận thị trường Hàn Quốc đối với hai DVD mà bạn gửi cùng với e-mail vào ngày 18 tháng 12.

Thật đáng tiếc, chúng tôi cảm thấy rằng nội dung của nó không phù hợp với phạm vi hoạt động của chúng tôi trên phương diện nó không liên quan đến các vấn đề kinh doanh hoặc đa văn hóa. Theo ý kiến của nhà xuất bản, nội dung được đề cập không đầy đủ chi tiết, và nó khó có thể thu hút sự chú ý từ hệ thống giáo dục của các trường trung học và đại học ở Hàn Quốc. Tuy nhiên, DVD của bạn không phải là không có lợi thế của nó, chỉ là nó có vẻ không hữu ích cho công ty chúng tôi.

Ngoài ra tôi cũng không hoàn toàn hài lòng với chất lượng hình ảnh. Có những phần còn bị thiếu giải thích bằng tiếng Hàn. Nhưng các nhà xuất bản và tôi nghĩ rằng các công ty du lịch Hàn Quốc có thể quan tâm đến sản phẩm của bạn. Tuy nhiên, vấn đề là làm thế nào để họ thấy được các tiện ích của nó , tức là bạn phải đưa ra được các ví dụ cụ thể được sử dụng tại Việt Nam. Tôi chỉ có thể nói với bạn điều này. Điều chúng tôi có thể làm bây giờ là thăm dò ý kiến của các công ty du lịch lớn trong đầu năm tới. Tôi sẽ đánh giá cao nếu bạn cho tôi biết bạn muốn tiến hành theo hình thức như thế nào trong tương lai.

12월 18일의 귀 이메일과 함께 보내주신 2개의 DVD는 한국에서의 시장성을 알기 위해서 출판사와 함께 자세히 검토하였습니다.

유감스럽게도 당사의 입장으로서는 내용이 사업 또는 이문화(異文化) 간의 문제에 관련되는 것이 아니라는 점에서 저희들의 활동범위에는 맞지 않는다고 생각됩니다. 출판사 쪽의 의견으로는 취급하는 내용도 충분히 자세치 않아서 한국의 고교나 대학의 교육계로부터 주목을 끌지 못할 것이라고 합니다. 따라서 귀사의 DVD는 장점이 없는 것은 아닙니다만, 저희들로서는 직접 도움이 될 수 있을 것 같지 않습니다.

화질에 관해서 완전히 만족하지 않았던 것도 덧붙입니다. 한국어 내레이션만 해도 좀 부족한 데가 있었습니다. 그러나 출판사와 저는 한국 여행사에서는 귀사 제품에 관심을 가질지 모른다고 생각합니다. 단, 그 효용을 보여주는 것, 즉 베트남에서 사용되고 있는 구체적인 예 등을 제시하는 것이 문제가 되겠지요. 지금 저로선 이 정도밖에 말씀드릴 수 없습니다. 저희 쪽에서 할 수 있는 일로서 어느 큰 여행사의 의향을 내년 초에 타진해 보려고 생각 중입니다. 금후 어떤 형태로 진행시키고 싶으신지 알려주시면 고맙겠습니다.

Outline

1. 견본을 받아서 검토했음을 알린다.
2. 자사의 활동 범위와 맞지 않아서 취급을 거절한다는 뜻을 전한다.
3. 문제점을 언급하면서도 다른 형태로 가능성이 있음을 시사한다.
4. 이쪽에서 할 수 있는 것을 정리한다.

 Từ khoá trọng tâm

thật đáng tiếc 유감스럽게도
không thể thu hút sự chú ý 주목을 끌지 못하다
để … (동사)려고
ví dụ cụ thể 구체적인 예

091 구매 문의

Xin chào,

Rất vui khi được biết bạn.

Tôi là Nguyễn Quang Hải nhân viên của công ty thiết bị XYZ. Chúng tôi hiện đang bán thiết bị máy in ở Việt Nam. Khách hàng của chúng tôi chủ yếu là các nhà máy in lớn, lịch máy tính để bàn, nhà máy lịch, nhà máy sản xuất giấy nhớ. Sản phẩm của công ty bạn rất phù hợp với doanh số bán hàng của chúng tôi, đặc biệt là máy X892, Y393, Z627 của công ty bạn. Nếu có khả năng, tôi muốn bán nó ra thị trường Hàn Quốc.

Tôi sẽ đợi hồi âm của bạn.

Thiết bị XYZ

안녕하십니까.

알게 되어 기쁘게 생각합니다.

저는 XYZ기기의 Nguyễn Quang Hải입니다. 저희는 베트남에서 인쇄기기를 판매하고 있습니다. 저희 고객은 주로 대형 인쇄공장, 탁상용 달력, 달력 공장, 노트 공장들입니다. 귀사의 제품이 저희가 판매하기에 대단히 적합하며, 특히 X892, Y393, Z627 등의 기계가 적합합니다. 하여 한국에서 판매하고자 한데, 가능한지요.

답변 부탁드립니다.

XYZ기기

Outline
1. 자신과 회사를 소개한다.
2. 특정 모델을 함께 거론하며 구입 의사를 밝힌다.
3. 수입 가능한지 질문한다.

 Từ khoá trọng tâm

rất vui được biết 알게 되어 기쁘게 생각하다

A nhân viên của công ty B B 회사의 A이다(어느 회사에 소속되었는지 소개할 때)

đang (동사)고 있다

khách hàng 고객, 손님

chủ yếu 주로

phù hợp với doanh số bán hàng 판매하기에 적합하다

Vui lòng gửi cho tôi cuốn sách dưới đây qua đường hàng không.

Tác giả Quảng Lực Đức: BỘ SƯU TẬP COFIELD

Nếu cần thanh toán trước, vui lòng cho chúng tôi biết số tiền càng sớm càng tốt.

다음 서적 한 권을 항공편으로 보내주십시오.

Quảng Lực Đức 저 : THE COFIELD COLLECTION

대금이 선불이면 조속히 금액을 알려주십시오.

Outline
1. 물품명과 수량, 발송 방법을 명기
   하여 주문한다.
2. 지불 방법을 묻는다.

 Từ khoá trọng tâm

sách 서적, 책
đường hàng không 항공편
thanh toán trước(trả trước) 선불
số tiền 금액
càng sớm càng tốt 조속히

093 수표를 첨부한 물품 주문

Vui lòng gửi cho chúng tôi gói phần mềm WordStar của bạn. Gói bao gồm Spellstar, Mailmerge và Supersort.

Tôi sẽ đính kèm séc 5,800 đô la làm khoản thanh toán cho giá và chuyến bay.

Tôi kính mong quý công ty xem xét xử lý công việc một cách nhanh chóng.

귀사의 워드스타 소프트웨어 패키지를 보내주십시오. 스펠스타, 메일머지 및 수

퍼소트를 포함한 패키지입니다.

그 대금과 항공편 요금으로서, 5,800달러짜리 지불 보증 수표를 첨부합니다.

이 건에 관한 귀하의 조속한 조치를 바라마지 않습니다.

Outline

1. 품명을 명기하여 주문한다.
2. 지불에 관한 정보를 기입한다.
3. 조속한 조치를 바라면서 끝을 맺는다.

 Từ khoá trọng tâm

Vui lòng gửi 보내주십시오

gói phần mềm 소프트웨어

xử lý nhanh chóng 조속한 조치

Xin chào.

Chúng tôi xin cảm ơn về bảng báo giá máy mài tiết kiệm năng lượng mới của quý công ty gửi cho chúng tôi vào ngày 30 tháng 4 vừa qua.

Chúng tôi muốn đặt hàng như sau.

Hai máy CG-101X

US $ 17,500 / Newark Giá FOB

Tổng số tiền: 35.000 đô la Mỹ

Chúng tôi được biết rằng giao hàng sẽ được thực hiện trong vòng 60 ngày kể từ ngày bạn nhận được đơn đặt hàng chính thức này và thanh toán sẽ được thực hiện trong vòng 30 ngày kể từ ngày giao hàng như được mô tả trong báo giá của bạn. Chúng tôi sẽ thanh toán qua chuyển khoản ngân hàng.

Vui lòng xác nhận đơn hàng này ngay sau khi bạn nhận được.

Kim Song Dong
Trưởng phòng
Bộ phận mua bán

안녕하세요.

귀사의 신형 에너지 절약 무중심 연마기에 대한 4월 30일자 견적서에 감사를 드립니다.

당사는 다음과 같이 주문하고자 합니다.

CG-101X형 2대

뉴어크 본선 인도 가격 1대당 미화 17,500달러

합계 금액 : 미화 35,000달러

당사는 귀 견적서에 기술된 것처럼 납품은 이 정식 주문을 귀사가 수령한 지 60일 이내에, 지불은 납품 후 30일 이내에 하게 되는 것으로 알겠습니다. 지불은 은행 송금으로 하겠습니다.

받는 즉시 이 주문을 확인해주시기 바랍니다.

김송동

과장

구매부

Outline
1. 견적에 대한 사례 후 주문한다.
2. 납기, 지불 방법 따위를 확인한다.
3. 주문 인수의 확인을 요구하면서 끝을 맺는다.

 Từ khoá trọng tâm

Gía FOB 본선 인도 가격

giao hàng 납품

trong vòng … ngày …일 이내에

nhận 수령하다, 받다

chi trả, thanh toán 지불

chuyển khoản ngân hàng 은행 송금

Thưa ông Lê Văn Lam,

Chúng tôi xin cảm ơn đơn đặt hàng PB0211 qua email của ông vào ngày 14 tháng 10. Đính kèm là hóa đơn F91-131 ước tính trị giá 1,000 đô la. Nếu ông thanh toán bằng hối phiếu ngân hàng, chúng tôi sẽ nhanh chóng gửi hàng.

Phần mềm sẽ được chuyển ngay sau khi chúng tôi nhận được chuyển khoản. Tuy nhiên, xin lưu ý rằng phần mềm 33X và 338XC chưa có sẵn và sẽ được vận chuyển bằng đường hàng không vào tháng 1. Mong phía ngài thông cảm.

Xin cảm ơn ông đã cho chúng tôi cơ hội để giúp đỡ.

Park Jong Su
Trưởng phòng
Bộ phận quản lý tồn kho
Đính kèm

친애하는 Lê Văn Lam 씨

10월 14일의 이메일로 하신 주문 No. PB0211에 감사를 드립니다. 첨부한 것은 1,000달러의 견적 송장 F91-131입니다. 은행 어음으로 지불을 하시면 조속히 인도될 것입니다.

소프트웨어는 귀하의 송금을 받는 대로 발송될 것입니다. 그러나 33X형과 338XC형의 소프트웨어는 아직 이용할 수가 없으며, 1월에 항공편으로 발송하게 될 것임을 양해하시기 바랍니다.

도움을 드릴 수 있는 기회를 주신 데 대해서 감사를 드립니다.

박종수

과장

재고관리부

동봉

Outline

1. 주문서 수령 통보와 사례 등을 구체적으로 기입한다.
2. 송장과 지불 방법 등을 설명한다.
3. 발송 예정을 알린다.
4. 재차 사례하고 끝을 맺는다.

 Từ khoá trọng tâm

hóa đơn ước tính 견적 송장
hối phiếu ngân hàng 은행 어음
đường hàng không 항공편
mong thông cảm 양해하시기 바란다
bộ phận quản lý tồn kho 재고 관리부

Xin chào.

Tôi muốn bày tỏ sự cám ơn chân thành về đơn đặt hàng máy in laser bán dẫn ILP-800 mà chúng tôi nhận được vào ngày 14 tháng 1.

Thật không may, việc sản xuất mô hình đã bị dừng lại khi nhu cầu của người dùng tăng lên.

Tuy nhiên, chúng tôi bây giờ hoàn toàn tự động và đã bắt đầu bán một số mô hình cao cấp hơn với nhiều tính năng tuyệt vời khác. Thay vào đó, tại sao chúng ta không xem xét về IDF-1701A, một sản phẩm thay thế sẽ đáp ứng các nhu cầu trong hiện tại cũng như trong tương lai. Tôi xin đính kèm một vài chi tiết về sản phẩm này.

Tôi mong sớm nhận được phản hồi của bạn về việc làm thế nào để chúng ta có thể tiếp tục tiến hành trong tương lai.

Trân trọng,

Hyun Tae Ho
Trưởng phòng
Kinh doanh nước ngoài
Đính kèm

안녕하세요.

1월 14일에 도착한 ILP-800 반도체 레이저 프로버 1대의 주문에 심심한 사의를 표합니다.

유감스럽게도 바로 그 모델의 생산은 사용자의 요구도가 높아짐에 따라 중단되었습니다.

그러나 당사는 현재 전자동이며 다른 많은 우수한 특징을 가진 발전된 모델 몇 가지를 판매하기 시작했습니다. 대체품으로서 현재는 물론이고 장래의 요구에도 부응할 IDF-1701A형을 검토하시면 어떨까요. 이 제품에 관한 상세한 자료 몇 가지를 첨부합니다.

어떻게 진행시키고 싶은지에 관해서 조속히 답장을 해주시기를 고대하겠습니다.

감사합니다.

현태호

과장

해외영업

동봉

Outline

1. 주문서 수령을 알리고 사례를 한다.
2. 문제점을 알린다.
3. 대체품을 권한다.
4. 상대방의 의향을 묻고 끝을 맺는다.

Từ khoá trọng tâm

sản phẩm thay thế 대체품
Mong sớm nhận được phản hồi 조속히 답장을 해주시기를 고대하겠습니다

097 주문 물품의 수량 부족 알림

Xin chào.

Chúng tôi đã nhận được đơn đặt hàng NR-3790 vào ngày 7 tháng 11.

Khi tôi kiểm tra các nội dung của hóa đơn đính kèm, có thiếu một số mặt hàng. Vui lòng đính kèm hóa đơn đã sửa đổi để chúng tôi có thể biết trên thực tế đã nhận được những mặt hàng nào.

Quy tắc của công ty chúng tôi là không cho phép thanh toán cho hóa đơn không khớp với sản phẩm nhận được.

Ngoài ra, một số sản phẩm chưa nhận được cũng làm vô hiệu hóa các mặt hàng chúng tôi đã nhận.

Tôi đang chờ chỉ thị của quý công ty về cách đối phó với tình huống này.

Seo Tae Bong
Người giám sát
Bộ phận mua bán
Đính kèm

안녕하세요.

당사 주문품 NR-3790을 11월 7일에 받았습니다.

첨부되어 있는 송장과 내용을 대조한 바 몇 가지 품목이 부족한 것이 판명되었습니다. 실제로 도착된 물품을 알 수 있도록 수정된 송장을 첨부하니 보시기 바랍니다.

당사의 규정은 수령품과 일치하지 않는 청구서에 대한 지불은 허용하지 않습니다.

또한 약간의 미도착 물품은 도착된 다른 물품을 쓸모없게 하고 있습니다.

이와 같은 사태에 대해서 어떻게 대처할 것인지 귀하의 지시를 기다립니다.

서태봉

감독관

구매부

동봉

Outline
1. 주문품을 받았음을 알린다.
2. 내용 확인 결과를 알린다.
3. 수량이 부족함을 말한다.
4. 상대의 지시를 바라고 끝을 맺는다.

 Từ khoá trọng tâm

trên thực tế 실제로

làm vô hiệu hóa 쓸모없게

Xin chào.

Giống như tôi đã thông báo qua email vào ngày 20 tháng 7 phía chúng tôi đã nhận được Sl-317B Ceramic Slicer vào ngày 15 tháng 7 qua.

Trong thời gian qua, như bạn đã biết chúng tôi cũng đã thử rất nhiều cách để có thể sử dụng thiết bị đắt tiền này, nhưng đã không thành công. Mặc dù bằng những nỗ lực tốt nhất của các kỹ thuật viên và hệ thống kỹ thuật của chúng tôi, song máy thái lát này vẫn chưa thể đáp ứng được đúng các tiêu chuẩn tính năng trên thông số kĩ thuật mà quý công ty đã đưa ra. Điều này khiến cho chúng tôi lo ngại về sự lãng phí chi phí lao động và sự suy giảm trong sản xuất.

Do xét thấy sự lãng phí quãng thời gian đã sử dụng và không có triển vọng cải thiện nhanh chóng nên chúng tôi sẽ trả lại hàng theo chi phí của công ty đưa ra dựa theo điều khoản bảo hành.

Tôi sẽ đợi hướng dẫn chỉ thị để có thể tiến hành một cách tốt nhất.

Kang Seon Tae
Trưởng phòng
Bộ phận công nghệ sản xuất

안녕하세요.

7월 20일자 이메일에서 알려드린 것처럼 SL-317B 세라믹 슬라이서를 7월 15일에 받았습니다.

그동안 아시다시피 이 고가의 기기를 사용 가능하게 하기 위해서 여러 가지 시도를 했으나 성공하지 못했습니다. 당사의 기술진과 귀사의 기술자들의 최선의 노력에도 불구하고 슬라이서는 아직도 귀사의 기술 명세서에서 주장하고 있는 성능 수준에 훨씬 못 미치고 있습니다. 이것은 이미 당사로 하여금 인건비의 낭비와 생산 저하라는 커다란 부담을 안게 했습니다.

따라서 이미 소비된 시간 낭비와 조속한 개선의 전망이 없음에 비추어 보증 조항에 의거하여 귀사의 비용 부담으로 이 기기를 반품하겠습니다.

어떻게 실시하면 좋은지 지시를 기다리겠습니다.

강선태

과장

생산공학부

Outline

1. 문제의 제품을 언급한다.
2. 지금까지의 문제점을 설명한다.
3. 반품을 원한다는 것을 알린다.
4. 반품 방법을 묻고 끝을 맺는다.

 Từ khoá trọng tâm

chưa thể đáp ứng được đúng các tiêu chuẩn 수준에 훨씬 못 미친다

lãng phí chi phí lao động 인건비의 낭비

suy giảm sản xuất 생산 저하

bộ phận công nghệ sản xuất 생산공학부

Theo yêu cầu trong email ngày 4 tháng 2 của bạn,chúng tôi đã kiểm tra cẩn thận về khả năng bao gồm thêm một số bảo hành đặc biệt cho vấn đề cân bằng của bánh xe.

Phiá bạn có thể nhìn nhận vấn đề ngoài dự kiến liên quan đến việc này phát sinh trong quá trình sản xuất.Tuy nhiên, trong nhà máy của chúng tôi, luôn thực hiện các biện pháp xử lý định kỳ để cân bằng lốp xe, biến dạng vòng tròn và áp suất không khí trong các thông số kỹ thuật nhất định. Hệ thống quản lý chất lượng của chúng tôi nhằm mục đích ngăn chặn không để xảy ra các vấn đề giống như phía công ty đã chỉ ra.

Vì vậy, tôi không nghĩ rằng vấn đề xảy ra trong giai đoạn sản xuất. Do đó, chúng tôi không thể đảm bảo rằng đưa ra được một chính sách đặc biệt nào cho việc bảo hành vấn đề này.Tuy nhiên, chúng tôi cũng khuyên bạn nên báo cáo điều này với ông Kim cùng với thông tin sản phẩm của chúng tôi, vì đây cũng là vấn đề đáng lo ngại. Tôi nghĩ rằng nó sẽ giúp ích được phần nào.

Cảm ơn bạn đã tư vấn cho bộ phận của chúng tôi về vấn đề này. Chúng tôi rất tôn trọng những nỗ lực của phía công ty nhằm đáp ứng được các nhu cầu sự hài lòng của khách hàng.

2월 4일자 이메일에서 요망하신 대로 바퀴의 밸런스 문제를 특별 보증에 포함시키는 것의 가능성에 관해서 신중히 검토했습니다.

이 건에 관해서 외견상 문제가 제조 단계에서 발생하는 것처럼 보일지도 모릅니다. 그러나 당사 공장에서는 타이어의 균형, 원주의 뒤틀림 및 공기의 압력을 일정한 규격 내에 넣도록 정기적인 조치가 취해지고 있습니다. 여기에 관련되는 품질 관리 시스템은 지적하신 것과 같은 문제가 일어나지 않도록 하는 것을 목적으로 하고 있습니다.

따라서 문제가 제조 단계에서 발생했다고 생각할 수가 없습니다. 때문에 이 문제를 특별 방책으로라도 보증에 포함시킬 수가 없습니다. 그러나 역시 주목을 요하는 문제이기 때문에 본사의 제품정보과 김 씨에게 이 건을 보고하시도록 권해 드립니다. 반드시 도움이 되리라고 생각됩니다.

이 문제에 관해서 저희 부서에 상담하신 것에 대해서 감사를 드립니다. 고객에게 만족을 주려는 귀사의 노력에 이곳 일동은 깊이 존경을 느끼고 있습니다.

Outline
1. 상대의 요구를 확인하고 검토한 사항을 알린다.
2. 이쪽 주장의 근거를 알린다.
3. 요구를 각하하지만 다른 가능성을 제시한다.
4. 상대에 대한 감사와 존경의 말로 끝을 맺는다.

 Từ khoá trọng tâm

thực hiện các biện pháp xử lý định kỳ 정기적인 조치가 취한다
áp suất không khí 공기의 압력
hệ thống quản lý chất lượng 품질 관리 시스템
giúp ích 도움이 되다

Xin chào.

Tôi đã nhận được email của bạn.

Tuy nhiên, tôi không hiểu rõ về các vấn đề chất lượng sản phẩm mà bạn đã nêu ra.

Chúng tôi đã bán cho các khách hàng khác ở Việt Nam và Hàn Quốc trong một vài năm và chúng tôi chưa bao giờ gặp phải vấn đề chất lượng như vậy.

Tôi mong rằng bạn sẽ kiểm tra lại một lần nữa về chất lượng sản phẩm được bảo quản lâu ngày. Tôi nghĩ rằng khi sản phẩm vừa nhập kho sẽ không xảy ra vấn đề như vậy.

Chúng tôi phán đoán rằng phía Việt Nam là nguyên nhân dẫn đến vấn đề chất lượng sản phẩm của quý công ty.

Tuy nhiên, nếu bạn gửi cho chúng tôi mẫu của sản phẩm lỗi chúng tôi sẽ điều tra nguyên nhân gây ra lỗi này.

Chúng tôi cũng rất mong muốn được hợp tác lâu dài với quý công ty.

안녕하세요.

귀하께서 보낸 메일 잘 받아보았습니다.

그런데, 귀하께서 제기한 품질 문제에 대해 약간 이해가 잘 가지 않습니다.

당사는 몇 년 동안 베트남과 한국의 다른 거래처에도 판매해왔는데 그런 품질 문제가 전혀 없었습니다.

장기 보관에 따른 품질에 대해 다시 한번 점검해보셨으면 합니다. 아마, 물건이 금방 도착했을 때에는 그런 문제가 없었을 것이라 생각합니다.

당사는 귀사의 품질 문제의 원인이 베트남 측에 있다고 판단합니다.

그러나 문제된 샘플을 보내주시면 당사에서 불량 원인을 조사해보겠습니다.

귀사와의 지속적인 업무 협력 기대합니다.

Outline

1. 문제 제기에 대해 그런 적이 없었음을 알린다.
2. 상대방의 점검을 요청한다.
3. 이쪽이 문제 원인은 아니라고 생각하지만 원인을 조사해 보겠다고 말한다.
4. 지속적인 협력을 언급하며 끝을 맺는다.

 Từ khoá trọng tâm

không hiểu rõ 이해가 잘 가지 않는다
Mong rằng sẽ kiểm tra lại một lần 다시 한번 점검해보셨으면 합니다
bảo quản lâu ngày 장기 보관
mẫu sản phẩm lỗi 문제된 샘플
nguyên nhân lỗi 불량 원인
hợp tác lâu dài 지속적인 업무 협력

Cảm ơn bạn đã gửi email cho chúng tôi mặc dù rất bận rộn.

Chúng tôi hiểu rằng bạn rất thất vọng trong việc phải tự dùng tiền để đổi lại bộ truyền xích khi mới chỉ đi được 11 nghìn kilo mét. Và việc mà bạn nghĩ rằng khoản chi phí đó được bao gồm trong điều khoản bảo hành là điều tất yếu.

Tuy nhiên như bạn đã biết, bảo hành liên quan đến hỏng bộ truyền xích có một số giới hạn trong trường hợp đó là nguyên nhân thuộc về nhà sản xuất. Nó sẽ không được áp dụng đối với trường hợp hỏng hóc do người điều khiển xe gây ra. Chúng tôi nghĩ rằng có thể bạn chưa nhận được giải thích rõ ràng về lí do hỏng bộ truyền xích.

Bất kỳ nhà bán lẻ nào cũng chịu trách nhiệm về tất cả các khía cạnh để đảm bảo tiêu chuẩn dịch vụ cũng như việc đáp ứng các điều khoản bảo hành.

Vì vậy, tôi tin rằng công ty ô tô Vinh Phuc đã nghiên cứu kỹ nguyên nhân. Do đó, chúng tôi đã chuyển tiếp email này của bạn đến công ty ô tô Vinh Phuc và họ sẽ giải thích lý do cho quyết định bảo hành này.

Tôi chắc chắn rằng bạn sẽ hài lòng với lời giải thích.Cảm ơn bạn một lần nữa vì đã gửi email cho chúng tôi.

다망하신데도 불구하고 이메일을 주셔서 감사합니다.

겨우 11,000마일 주행 후에 자비로 클러치를 교환해야 했던 것에 실망하셨으리라 짐작합니다. 그 비용이 보증에 포함되어야 한다고 느끼신 것도 당연하다고 생각합니다.

그러나 아시는 바와 같이 클러치 고장에 관한 보증은 제조자 측에 원인이 있는 경우에 한정되어 있습니다. 운전 마멸에 의한 고장에는 적용되지 않습니다. 아마 클러치 파손의 이유에 대해서 분명한 설명을 받지 못하신 것이 아닌가 생각됩니다.

어느 판매점도 서비스의 기준을 지킨다는 점에서는 당연히 전면적으로 책임이 있으며 보증 사항에 들어맞는 한은 그 수리와 비용 일체를 부담하게 되어 있습니다.

그러므로 Vinh Phuc 모터스사가 원인을 철저히 조사했으리라고 확신하고 있습니다. 따라서 Vinh Phuc 모터스사에 귀 이메일의 사본을 회송하여 이 보증 결정의 근거를 설명드리도록 지시했습니다.

만족하시도록 설명을 드리리라 확신하고 있습니다. 이메일을 주신 데 대해서 재차 감사를 드립니다.

Outline

1. 이메일에 대한 사례를 한다.
2. 상대방 기분에 대한 이해를 나타낸다.
3. 이쪽의 견해를 알린다.
4. 상대방을 안심시킬 구체적인 조치를 취한다.
5. 재차 사례를 하면서 끝을 맺는다.

 Từ khoá trọng tâm

trường hợp hỏng hóc do người điều khiển xe gây ra 운전 마멸에 의한 고장

nhận được giải thích rõ ràng 분명한 설명을 받다

Cảm ơn một lần nữa 재차 감사를 드립니다

Part 05 비즈니스 Ⅲ

102 전시회에 대한 질문

Cảm ơn bạn đã cho chúng tôi biết thông tin về triển lãm diễn ra vào tháng Bảy tới.

Tên chính thức của buổi triển lãm là gì?

Có phải là triển lãm được tổ chức tại thành phố Hồ Chí Minh không?

Lịch trình triển lãm là như thế nào?

Nếu có cơ hội, chúng tôi cũng muốn đến thăm hỏi và tham dự bầu không khí của buổi triển lãm.

Vì chúng tôi đang tìm hiểu về thị trường Việt Nam nên có rất nhiều câu hỏi muốn hỏi. Mong bạn thông cảm về điều này.

Công ty của bạn là khách hàng đầu tiên của chúng tôi tại Việt Nam. Tôi hy vọng sẽ là một đối tác kinh doanh tốt trong tương lai.

7월에 열리는 전시회에 대해 알려주셔서 감사합니다.

전시회의 공식 명칭은 무엇인지요?

전시회는 호치민에서 개최되는 건가요?

전시 일정은 어떻게 되나요?

기회가 된다면 저희 쪽에서도 방문하여 전시회 분위기를 확인해보고 싶습니다.

현재 저희가 베트남 시장에 대해서 알아가는 과정이기 때문에 질문이 많습니다.

이 점 양해 부탁드립니다.

귀사는 베트남 내에서 저희의 첫 거래처입니다. 앞으로 좋은 사업 동반자가 되었으면 합니다.

Outline
1. 정보에 감사 인사를 한다.
2. 전시회에 대해 질문한다.
3. 전시회 방문 의사를 밝힌다.
4. 질문이 많은 것에 양해를 구한다.
5. 좋은 관계를 유지하자는 말로 끝을 맺는다.

 Từ khoá trọng tâm

tên chính thức buổi triển lãm 전시회의 공식 명칭

tổ chức tại … …에서 개최한다

lịch trình triển lãm 전시 일정

tìm hiểu về thị trường việt nam 베트남에 대해서 알아가다

Mong bạn thông cảm về điều này 이 점 양해 부탁드립니다

Hy vọng sẽ là một đối tác kinh doanh tốt trong tương lai 좋은 사업 동반자가 되었으면 합니다

221

Là một phần trong nỗ lực không ngừng của chúng tôi nhằm cải thiện các bộ phận cung cấp phụ kiện cho khách hàng toàn cầu, chúng tôi đang tiến hành chuẩn bị gửi các chuyên gia đến để hỗ trợ và cải thiện việc quản lý các bộ phận tại các đại lý chính của chúng tôi. Vì vậy theo kế hoạch anh Hong Gil Dong một trong những người phụ trách chính của công ty chúng tôi dự định sẽ đến thăm công ty bạn với lịch trình từ ngày 10 tháng 1 đến ngày 17 tháng 1.

Sau đây là các công việc cụ thể mà anh Hong sẽ xử lý trong thời gian công tác :

Quản lý hàng tồn kho

Kế hoạch đặt hàng hàng năm

Điều chỉnh kế hoạch hàng năm theo tháng

Xem xét quy trình đặt hàng các bộ phận

Thông tin theo dõi đơn đặt hàng

Tìm hiểu tình hình đặc thù của thị trường

Hàng giả

Quy chế nhập khẩu và cơ cấu hải quan

Chúng tôi mong nhận được sự hỗ trợ và hợp tác chung của bạn trong suốt thời gian công tác của anh Hong tại công ty.

Chúng tôi cũng rất mong nhận được phản hồi nhanh chóng về thiện chí của công ty trong vấn đề này.

전 세계 고객에 대한 부품 공급 업무의 계속적인 개선 노력의 일환으로서, 중요 판매 대리점에서의 부품 관리를 원조, 개선하기 위해 전문가를 파견할 준비를 진행 중입니다. 이에 따라 본사 직원들 중 담당자인 홍길동 씨가 1월 10일에서 17일까지의 예정으로 귀사를 방문할 준비를 하고 있습니다.

다음은 홍 씨가 체재 중 취급 예정인 구체적인 사항들입니다.

부품 재고 관리

연간 발주 계획

연간 계획의 월별 조정

부품 발주 절차의 재검토

주문의 추적 정보

시장의 특수 사정

모조 부품

수입 규제 및 관세 구조

홍 씨의 체재 동안 여느 때와 같은 전반적인 지원과 협력을 부탁하겠습니다.

이 건에 관해 귀사의 의향을 조속히 회답해 주실 것으로 기대합니다.

Outline

1. 전문가 파견의 목적과 기간 등을 알린다.
2. 구체적인 목적을 조목별로 쓴다.
3. 협력을 요청한다.
4. 답장을 요구한다.

 Từ khoá trọng tâm

quản lý hàng tồn kho 부품 재고 관리
kế hoạch đặt hàng hàng năm 연간 발주 계획
điều chỉnh kế hoạch hàng năm theo tháng 연간 계획의 월별 조정
xem xét quy trình đặt hàng các bộ phận 부품 발주 절차의 재검토
thông tin theo dõi đơn đặt hang 주문의 추적 정보
tìm hiểu tình hình đặc thù của thị trường 시장의 특수 사정
hàng giả 모조 부품
quy chế nhập khẩu và cơ cấu hải quan 수입 규제 및 관세 구조

Lê Thị Mỹ kính mến,

Tôi rất vui mừng và vinh hạnh khi được mời bạn đến trụ sở chính của chúng tôi để thảo luận vấn đề chúng ta đang đối mặt. Nếu bạn có thể đến, đây sẽ là cơ hội tốt để chúng tôi có thể lắng nghe trực tiếp các quan điểm của bạn về tình hình hiện tại của thị trường Việt Nam không chỉ vậy chúng tôi cũng sẽ hỗ trợ tạo điều kiện để bạn có thể giới thiệu về sản phẩm mới bên công ty bạn.

Nếu có thể, mong phía bạn có thể chuẩn bị dành ra khoảng thời gian là 1 tuần từ ngày 17 tháng 11. Đây là khoảng thời gian mà chúng tôi mong muốn nhất.

Tôi mong nhận được hồi âm của bạn càng sớm càng tốt về vấn đề này.

친애하는 Lê Thị Mỹ 씨

당면 문제 의논을 위해 귀하를 저희 본사로 초대하게 된 것을 매우 기쁘게 생각합니다. 와주시면 베트남 시장의 현 상태에 관한 귀하의 직접적인 견해를 들을 수도 있고, 귀하에게 신제품의 도입에 관해 상담할 기회를 드릴 수도 있을 것입니다.

가급적이면 12월 17일부터 약 1주일을 보낼 준비를 하실 수 있기 바랍니다. 이 기간이 저희들에게 가장 바람직합니다.

이 건에 관해서 되도록 빠른 답장을 기다리겠습니다.

Outline
1. 소환의 목적을 전한다.
2. 원하는 일시와 기간을 알린다.
3. 답장을 요구한다.

 Từ khoá trọng tâm

Tôi rất vui mừng và vinh hạnh khi được mời bạn đến trụ sở chính của chúng tôi 저희 본사로 초대하게 된 것을 매우 기쁘게 생각합니다

vấn đề đối mặt 당면 문제

nếu có thể 가급적이면

Xin chào.

Chúng tôi đã nhận được một email từ ngày 21 tháng 8, thông báo rằng anh Nhật Quang dự định đến thăm chúng tôi trong một tuần từ ngày 13 tháng 10.

Thật không còn gì vinh hạnh hơn khi chúng tôi được tiếp đón anh ấy đến trụ sở của chúng tôi. Đây sẽ là cơ hội tuyệt vời để thảo luận kỹ lưỡng về các vấn đề khác nhau liên quan đến mối quan hệ tiếp thị.

Chúng tôi nghĩ rằng tổ chức những cuộc họp như vậy một cách thường xuyên sẽ giúp ích rất nhiều trong việc tăng cường hiểu biết lẫn nhau và làm doanh nghiệp của chúng ta ngày một lớn mạnh hơn.

Tôi rất mong được chào đón anh ấy.

Trân trọng,

Moon Dong Ho
Trưởng phòng

안녕하세요.

Nhật Quang 씨가 10월 13일부터 1주일간 저희들을 방문할 계획임을 알리신 8월 21일자 이메일을 받았습니다.

그분을 저희 본사에 맞이하는 것은 더없는 기쁨입니다. 마케팅 관계의 여러 문제에 관해서 철저한 토론이 가능한 절호의 기회가 될 것입니다.

이와 같은 회합을 정기적으로 갖는 것은 상호 이해를 깊게 하고 우리들의 사업 전체를 강화하는 데 유효하리라고 생각합니다.

그분을 맞이하게 되길 고대합니다.

감사합니다.

문동호

과장

Outline
1. 이메일을 받았음을 알린다.
2. 환영의 뜻과 방문의 의의를 말한다.
3. 우호적인 분위기를 전한다.
4. 즐겁게 기다리겠다는 말로 끝을 맺는다.

 Từ khoá trọng tâm

Thật không còn gì vinh hạnh hơn 더없는 기쁨입니다
thảo luận kỹ lưỡng 철저한 토론
Tôi rất mong được chào đón anh ấy 그분을 맞이하게 되길 고대합니다

Anh Nguyễn Trọng Hiếu kính mến,

Anh Kim công ty chúng tôi sẽ đón anh tại sân bay Incheon vào ngày 8 tháng 9 để giúp anh thuận tiện hơn trong chuyến thăm đến công ty của chúng tôi lần này.

Theo dự kiến anh sẽ đi máy bay mang hiệu số NW007 hạ cánh tại sân bay Nội Bài Hà Nội vào lúc 5:45 phút chiều. Anh Sơn sẽ cầm theo lá cờ LEMCO nhỏ để anh có thể nhận ra anh ấy ở sân bay.

Tôi rất mong được gặp anh sớm.

Vui lòng gửi mail cho tôi biết nếu lịch trình của anh có sự thay đổi.

Trân trọng,

Lee Kyeong Sik
Trưởng phòng

친애하는 Nguyễn Trọng Hiếu 씨

귀하의 이번 방문에 관해서 당사의 김 씨가 9월 8일에 귀하의 편의를 도모하기 위해서 인천 공항으로 마중을 나갈 것입니다.

예정에는 오후 5시 45분 서울 도착의 NW007편을 이용하시는 것으로 되어 있습니다. 김 씨는 바로 알 수 있도록 작은 LEMCO의 깃발을 가지고 있을 것입니다. 곧 뵙게 되기를 고대합니다.

그동안 스케줄에 변경이 생기면 이메일로 알려주십시오.

감사합니다.

이경식

과장

Outline
1. 마중을 나가겠다는 것을 전한다.
2. 항공 일정을 확인하고, 마중 나가는 사람을 식별하는 방법을 말해 준다.
3. 환영의 기분을 전한다.
4. 일정 변경 시 연락해줄 것을 요구한다.

Part 05

비즈니스 III

Từ khoá trọng tâm

đón tại sân bay 공항으로 마중을 나가다
chuyến thăm 방문
cầm theo lá cờ 깃발을 가지다
Tôi rất mong được gặp bạn sớm 곧 뵙게 되기를 고대합니다
lịch trình thay đổi 스케줄에 변경이 생기다

107 호텔 예약

Anh Hải Nam kính mến,

Tôi xin gửi lời cảm ơn rất nhiều đến sự phục vụ chăm sóc chu đáo tận tình của bên anh vào tháng 8 năm ngoái. Tôi và các đồng nghiệp của tôi đã tận hưởng trọn vẹn kỳ nghỉ vui vẻ tại khách sạn của anh.

Tôi sẽ trở lại Nha Trang vào tháng 8 này. Tôi hy vọng có thể sử dụng phòng từ trưa ngày hôm đó bởi vì tôi đến vào sáng ngày 7 tháng 8. Tôi dự kiến sẽ trả phòng vào sáng ngày 12 tháng 8. Tôi sẽ rất biết ơn nếu tôi được ở tại phòng nằm ở tầng 1 hướng ra biển.

Tôi muốn cảm ơn anh một lần nữa vì mọi thứ bên anh đã chuẩn bị để làm cho kỳ nghỉ của tôi trở nên đáng nhớ.

Choi Cheol Su
Giám đốc thường trực

친애하는 Hải Nam 씨

작년 8월에 베풀어주신 빈틈없는 보살핌에 감사를 드립니다. 저도, 제 동료도 귀 호텔에서의 체류를 충분히 즐겼습니다.

금년 8월에 다시 냐짱에 갈 예정입니다. 8월 7일 아침에 도착하기 때문에 그날 정오부터 방을 사용할 수 있기를 바랍니다. 8월 12일 아침에 출발 예정입니다. 1 층 바다 쪽의 방이 준비가 될 수 있으면 매우 고맙겠습니다.

먼저 체류를 추억에 남도록 해주신 모든 것에 대해서 재차 감사를 드립니다.

최철수

이사

Outline

1. 지금까지의 서비스에 대해 만족하고 있음을 알린다.
2. 체류기간과 원하는 방의 스타일 등을 말하고 예약한다.
3. 다시 한 번 서비스에 대한 사례를 하며 끝을 맺는다.

 Từ khoá trọng tâm

sự phục vụ chăm sóc chu đáo tận tình 베풀어주신 빈틈없는 보살핌
từ trưa ngày hôm đó 그날 정오부터
phòng nằm ở tầng 1 hướng ra biển 1층 바다 쪽의 방
cảm ơn một lần nữa 재차 감사를 드립니다

Xin chào,

Đoàn đại biểu chúng tôi gồm các thành viên là Giám đốc Việt Nam, ông Kang Dong Soon, Giám đốc tiếp thị, Kim Tae Hoon, Phó Giám đốc Sở Kế toán ông Shin Chun Sik dự kiến sẽ đến Hà Nội từ ngày 9 đến ngày 13 tháng 10.

Lịch trình chuyến bay như sau.

Tên chuyến bay: UA 22

Khởi hành : 3 giờ chiều, ngày 9 tháng 10, Seoul

Hạ cánh : 4 giờ chiều, ngày 9 tháng 10, Hà Nội

Vui lòng đặt giúp chúng tôi 3 phòng đơn cho 4 đêm tại khách sạn theo lịch trình này.

Vui lòng xác nhận email này.

Trân trọng,

Lim Tae Kwon

Trợ lý

안녕하세요.

베트남 담당 이사 강동순, 마케팅 본부장 김태훈, 경리 부장 대리 신춘식을 멤버로 하는 저희 대표단은 10월 9일부터 13일까지 하노이에서 체재할 예정입니다.

비행 예정은 다음과 같습니다.

비행기편명: UA 22

출 발: 서울 10월 9일, 오후 3시

도 착: 하노이 10월 9일, 오후 4시

이 예정에 따라서 호텔에 1인용 방 3개를 4박으로 예약해주시기 바랍니다.

이메일로 확인해주시기 바랍니다.

감사합니다.

임태권

대리

Outline

1. 방문 인원, 장소, 기간 등을 알린다.
2. 비행편의 출발 도착 시각을 명기한다.
3. 호텔 예약을 의뢰한다.
4. 확인을 요구한다.

 Từ khoá trọng tâm

đoàn đại biểu 대표단

lịch trình chuyến bay 비행 예정

tên chuyến bay 비행기 편명

Vui lòng xác nhận email này 이메일로 확인해주시기 바랍니다

Cảm ơn e-mail ngày 14 tháng 6 mà anh Kim Jun Su đã gửi. Tôi rất vui lòng được chuẩn bị cho chuyến công tác của anh Kim người kế nhiệm dự án 'New Songni' từ ngày 1 tháng 8 đến ngày 8 tháng 8.

Tôi đã đặt phòng cho 2 người với tầm nhìn ra núi Songni mà anh mong muốn, phí cộng thêm 10% thuế cho 100 đô la mỗi đêm. Tôi cũng biết rằng anh muốn một căn phòng ở tầng trên, nhưng đáng tiếc tôi không thể đảm bảo chắc chắn cho đến khi anh đến vì những tình huống không lường trước được có thể nảy sinh. Tuy nhiên, hãy yên tâm rằng chúng tôi sẽ cố gắng hết sức để đảm bảo rằng có thể thực hiện được yêu cầu đặc biệt của anh.

Tôi xin lỗi, nhưng xin vui lòng cho tôi biết số thẻ tín dụng của anh để chúng tôi xác nhận lại đặt phòng của anh. Tôi xin gửi kèm 5 hạng mục trong 「bản kế hoạch đặt phòng」 của khách sạn chúng tôi.

Rất mong được gặp anh tại khách sạn của chúng tôi.

김준수 씨께 보내신 6월 14일자 이메일에 감사를 드립니다. 김 씨가 '뉴 속리'를 사직함에 따라 오는 8월 1일부터 8월 8일까지 귀하의 체류를 위한 준비를 제가 맡게 된 것을 기쁘게 생각합니다.

속리산이 보이는 2인용 방을 1박 100달러에 10%의 세금을 가산하여 예약했습니다. 또 귀하가 위층의 방을 희망하신다는 것도 알고 있습니다만 유감스럽게도 이 건에 관해서는 뜻밖의 사정이 발생할지도 모르기 때문에 도착하시기 전에는 보증할 수가 없습니다. 그러나 귀하의 특별 요청이 이루어질 수 있도록 가능한 한 노력을 하겠으니 안심하시기 바랍니다.

죄송합니다만 예약 신청의 재확인을 위해서 신용카드 번호를 알려주시기 바랍니다. 참고로 당 호텔의 5개항의 「예약 사무 계획서」를 첨부합니다.

오실 날을 고대하겠습니다.

Outline

1. 예약 신청에 대한 사례를 하고 담당이 바뀌었음을 알린다.
2. 예약 신청에 대한 이쪽의 대응을 구체적으로 알린다.
3. 예약 플랜을 첨부하고 예약금을 위해 신용카드 번호를 요구한다.
4. 방문을 기다리겠다는 말로 끝을 맺는다.

 Từ khoá trọng tâm

phí cộng thêm 10% thuế 10%의 세금을 가산하다
không thể đảm bảo chắc chắn 보증할 수가 없습니다
tình huống không lường trước được 뜻밖의 사정
xin vui lòng cho biết 알려주시기 바랍니다
xác nhận lại đặt phòng 예약 신청의 재확인

Chị Trần Kiều Ân kính mến,

Cảm ơn chị đã cho chúng tôi biết số thẻ tín dụng trong email ngày 8 tháng 6 mà chị đã gửi.

Tôi rất vui mừng thông báo rằng tôi đã đặt cho chị một căn phòng có view rất tốt hướng về sông từ ngày 9 đến ngày 12 tháng 8. Giá cho một đêm trong phòng này là 100 đô la thêm 10% thuế theo tỷ lệ chiết khấu.

Tất cả chúng tôi đều mong chờ ngày được tiếp đón chị. Trong thời gian chờ đợi, vui lòng cho tôi biết nếu tôi có thể giúp gì thêm cho chị.

Trân trọng,

Shin Ki Young
Phó giám đốc khách sạn

친애하는 Trần Kiều Ân 씨

6월 8일자 이메일 및 신용카드 번호를 알려주셔서 감사합니다.

이에 강 쪽의 훌륭한 방을 8월 9일부터 8월 12일까지 확실히 예약했음을 기쁘게 보고합니다. 이 방의 1박 요금은 할인 요금제에 의하여 100달러에 10%의 세금이 가산됩니다.

우리 모두 귀하를 맞이할 날을 고대하고 있습니다. 그 사이에 제가 달리 도울 수 있는 일이 있으면 주저마시고 알려주십시오.

감사합니다.

신기영

숙박부장

Outline

1. 카드번호를 받았음을 알린다.
2. 예약이 완료되었음을 알린다.
3. 상대방을 환영한다는 말로 끝을 맺는다.

 Từ khoá trọng tâm

rất vui mừng thông báo 기쁘게 보고합니다

giá cho một đêm 1박 요금

tỷ lệ chiết khấu 할인 요금제

trong thời gian chờ đợi 그 사이에

phó giám đốc khách sạn 숙박부장

Tôi đã cố gắng để có thể đặt chỗ tại khách sạn NEWSTAR từ ngày 1 đến ngày 7 tháng 5 cho đoàn khách của bạn theo yêu cầu trong email ngày 10 tháng 3.

Tuy nhiên, trong thời gian này, một hội nghị quốc tế lớn sẽ được tổ chức tại Seoul cùng với chuỗi các ngày nghỉ lễ quốc gia nên khách sạn đã thông báo với tôi rằng không thể chuẩn bị một phòng phù hợp trong thời gian này. Tôi đã xem tất cả các khách sạn hạng nhất khác ở Seoul, nhưng câu trả lời là tương tự.

Do đó, chúng tôi khuyên bạn nên trì hoãn lịch biểu của mình một tuần. NEWSTAR nói rằng sau ngày 8 tháng 5, họ sẽ luôn sẵn lòng phục vụ theo yêu cầu của bạn.

Vui lòng cho tôi biết ý kiến của bạn.

3월 10일자 이메일에서 요구하신 대로 귀 일행을 위해서 5월 1일부터 7일까지 뉴스타 호텔에 예약을 하려고 모든 노력을 다했습니다.

그러나 그 기간에는 서울에서 큰 국제회의가 개최되는 데다가 국경일이 겹치기 때문에 호텔 측에서는 현 단계로서는 적당한 방의 준비를 할 수 없다고 알려 왔습니다. 서울 지역의 다른 일류 호텔에 모두 알아보았지만 대답은 비슷했습니다.

따라서 예정을 1주일쯤 연기하시도록 제안합니다. 뉴스타는 5월 8일 이후에는 언제나 기쁘게 편의를 도모하겠다고 말하고 있습니다.

어떻게 진행시키면 좋은지 알려주십시오.

Outline
1. 의뢰 사항을 확인한다.
2. 결과를 보고하고 예약을 하기 위한 그간의 노력을 알린다.
3. 일정 변경을 권한다.
4. 지시를 바란다.

 Từ khoá trọng tâm

thông báo rằng không thể chuẩn bị một phòng phù hợp 적당한 방의 준비를 할 수 없다고 알려 왔다
khách sạn hạng nhất 일류 호텔
câu trả lời là tương tự 대답은 비슷하다
trì hoãn lịch biểu 예정을 연기하다
luôn sẵn lòng phục vụ 언제나 기쁘게 편의를 도모하다

112 출장 후 사례

Thưa ông Quốc Huy,

Tôi muốn cảm ơn sự tiếp đãi tận tình của ông trong chuyến thăm mới đây của tôi.. Bữa trưa vui vẻ và đáng nhớ tại quý công ty khiến tôi nhớ đến mối quan hệ thân thiết giữa hai công ty chúng ta.

Tôi hy vọng rằng mối quan hệ thân thiết này sẽ phát triển thành lợi ích chung của cả hai công ty.

Kim Cheol Su
Trưởng phòng

친애하는 Quốc Huy 씨

최근의 귀국 방문 시에 베풀어주신 환대에 감사를 드리고자 펜을 듭니다. 귀 본사에서의 즐겁고 기억에 남는 점심은 양 회사 사이의 긴밀한 관계를 새삼 생각나게 했습니다.

이 우호 관계가 양 회사의 공동 이익으로 발전할 것으로 기대합니다.

김철수

부장

Outline

1. 신세진 것에 대한 감사의 마음을 전한다.
2. 인상에 남은 구체적인 사건을 쓴다.
3. 양측의 관계가 발전하기를 빌고 끝낸다.

Từ khoá trọng tâm

sự tiếp đãi tận tình 베풀어주신 환대
trưa vui vẻ và đáng nhớ 기억에 남는 점심
mối quan hệ thân thiết giữa hai công ty 양 회사 사이의 긴밀한 관계
lợi ích chung của cả hai công ty 양 회사의 공동 이익

Cảm ơn bạn đã mời tôi và anh Park đến dự bữa trưa thân mật vào ngày 1 tháng 10.

Sau khi nghe tình hình của bạn, tôi đã tự tin rằng các hoạt động kinh doanh của tôi tại Việt Nam sẽ được mở rộng hơn nữa trong tương lai gần. Trong cục diện như hiện tại, chúng tôi hy vọng rằng mối quan hệ kinh doanh của chúng ta sẽ phát triển cùng có lợi.

Tôi muốn nhân cơ hội này một lần nữa gửi lời cảm ơn sâu sắc nhất đến sự giúp đỡ của bạn. Tôi tin rằng hoạt động kinh doanh của chúng tôi tại Việt Nam sẽ được phát triển và đa dạng hơn với sự hỗ trợ của hai người tài giỏi là anh Nhật Duy và anh Bảo Long.

Tôi rất mong được gặp lại bạn.

지난 10월 1일에 친절하게도 저와 박 군을 오찬회에 초대해주셔서 고마웠습니다.

귀하의 상황 설명을 듣고 베트남에서의 비즈니스 활동이 가까운 장래에 한층 더 확대되리라는 자신을 갖게 되었습니다. 이 같은 상황에서 우리들의 거래관계도 상호 유익하게 확대되기를 바랍니다.

이 기회에 따뜻한 성원에 대해 다시 한 번 사례를 하겠습니다. Nhật Duy 씨와 Bảo Long 씨와 같은 유능한 분들의 지원을 받아 베트남에서의 당사의 사업 활동은 한층 더 발전, 다양화할 것으로 믿습니다.

다시 뵐 날을 고대합니다.

Outline
1. 오찬회에 대한 사례로 시작한다.
2. 상대방과의 대화 중 인상에 남는 것과 차후의 기대를 적는다.
3. 거래상의 협력에 대해 사례한다.
4. 재회를 바라면서 끝을 맺는다.

 Từ khoá trọng tâm

mở rộng hơn nữa trong tương lai gần 가까운 장래에 한층 더 확대되다
mối quan hệ kinh doanh của chúng ta 우리들의 거래관계
Tin rằng hoạt động kinh doanh của chúng tôi sẽ được phát triển và đa dạng hơn 당사의 사업 활동은 한층 더 발전, 다양화할 것으로 믿습니다
Tôi rất mong được gặp lại bạn 다시 뵐 날을 고대합니다

Anh Bùi Đức Việt thân mến,

Cảm ơn anh đã dành thời gian quý báu để ghé thăm Seoul.

Đó thực sự là một cuộc gặp gỡ thú vị và rất có ý nghĩa đối với tôi. Tôi hy vọng rằng các dự án chung ở các nước đang phát triển, đặc biệt là ở Việt Nam, sẽ mang lại kết quả đáng mong đợi.

Cảm ơn sự hợp tác của anh cho tới thời điểm hiện tại và tôi vẫn luôn mong nhận được sự hỗ trợ hợp tác của anh trong tương lai.

Tôi rất mong được gặp lại anh.

Kang Byeong Ho
Giám đốc

친애하는 Bùi Đức Việt 씨

서울 방문 때 귀중한 시간을 할애해 주셔서 감사합니다.

참으로 보람이 있고 즐거운 협의였습니다. 개발도상국, 특히 베트남에서의 공동

사업이 기대하던 성과를 가져오길 바라고 있습니다.

이 기회에 지금까지의 협력에 감사하며 금후에도 계속해서 관대한 성원을 바라

마지 않습니다.

다시 뵐 날을 고대합니다.

강병호

사장

Outline
1. 시간을 할애해준 데 대한 사례를 한다.
2. 협의에 대해 언급하고 금후의 기대를 말한다.
3. 협조에 대해 사례를 한다.
4. 재회를 기약하면서 끝을 맺는다.

 Từ khoá trọng tâm

Cảm ơn đã dành thời gian quý báu 귀중한 시간을 할애해 주셔서 감사합니다

cuộc gặp gỡ thú vị và rất có ý nghĩa 보람이 있고 즐거운 협의

trong tương lai 금후에

Tôi rất mong được gặp lại anh 다시 뵐 날을 고대합니다

Anh Bảo Châu thân mến,

Cảm ơn anh đã dành thời gian cho tôi và các đồng nghiệp của tôi khi chúng tôi đến Hải Phòng. Dù mối quan hệ của chúng tôi với công ty TNHH Vinh Phuc là lâu dài và rất quý giá song tôi hoàn toàn tin rằng khi các thị trường thay đổi, cả hai bên nên phải sáng tạo phát triển các lĩnh vực mới và phương thức giao dịch mới. Tôi nghĩ rằng bằng cách tập trung vào các giao dịch hàng hoá vốn, sẽ mở ra cơ hội mới cho mối quan hệ của chúng ta tiếp tục phát triển mạnh mẽ hơn.

Cảm ơn anh một lần nữa vì sự hiếu khách của anh. Rất mong được gặp lại anh trong thời gian tới.

친애하는 Bảo Châu 씨

하이퐁 방문 시 동료와 저에게 시간을 할애해주셔서 고마웠습니다. Vinh Phuc 유한책임회사와의 오래되고 소중한 관계에도 불구하고 각각의 시장이 변함에 따라 쌍방이 거래의 새로운 분야나 방법을 창조적으로 개발해야 한다는 것에 저도 전적으로 동감입니다. 금후는 자본재 등의 거래에 중점을 둠으로써 우리들의 관계가 성장을 계속하기 위한 새로운 기회가 열릴 것이라고 생각합니다.

환대해주신 데 대해서 재차 감사합니다. 곧 뵙게 되길 고대합니다.

Outline

1. 시간을 내준 데 대한 사례를 한다.
2. 협의 내용을 언급하고 이쪽의 견해를 피력한다.
3. 환대해준 데 대해 재차 사례하고 재회를 기약하며 끝을 맺는다.

 Từ khoá trọng tâm

khi các thị trường thay đổi 각각의 시장이 변함에 따라

tập trung vào các giao dịch 거래에 중점을 두다

mở ra cơ hội mới 새로운 기회가 열린다

Cảm ơn anh một lần nữa vì sự hiếu khách 환대해주신 데 대해서 재차 감사합니다

Rất mong được gặp lại anh trong thời gian tới 곧 뵙게 되길 고대합니다

Tôi muốn cảm ơn bạn một lần nữa vì sự chu đáo nhiệt tình đã chuẩn bị một bó hoa tuyệt đẹp gửi đến tận phòng của tôi trong thời gian tôi ở Hà Nội.

Tôi đã tham dự Hội nghị Liên hiệp Hàn Quốc - Việt Nam lần thứ 11 để tìm hiểu về xu hướng kinh tế của Việt Nam và tiềm năng to lớn của nó. Tôi tin tưởng rằng hoạt động kinh doanh của chúng tôi tại Việt Nam sẽ mở rộng hơn nữa trong tương lai gần. Tôi chân thành hy vọng rằng mối quan hệ của chúng ta cũng sẽ phát triển hơn nữa.

Tôi rất mong được gặp lại bạn sớm ở Seoul.

하노이 체류 중에 친절하게도 방에까지 아름다운 꽃다발을 전해주신 데 대해서 한번 더 감사를 드립니다.

11차 한국·베트남 연합 회의에 참가하여 베트남의 경제 동향 및 커다란 가능성을 알 수가 있었습니다. 베트남에서의 우리의 사업이 가까운 장래에 더욱 확대되리라고 확신합니다. 동시에 우리의 관계도 발전하기를 진심으로 바랍니다.

곧 서울에서 다시 뵙게 되길 고대합니다.

Outline
1. 상대방의 배려에 대한 사례를 한다.
2. 회의에 참석한 성과와 차후의 기대를 말한다.
3. 재회를 바라고 끝낸다.

 Từ khoá trọng tâm

hội nghị Liên hiệp Hàn Quốc-Việt Nam 한국·베트남 연합 회의
xu hướng kinh tế của Việt Nam 베트남의 경제 동향
tiềm năng to lớn 커다란 가능성
hoạt động kinh doanh của chúng tôi 우리의 사업
chân thành hy vọng 진심으로 바랍니다

117 거래 상대에게 면담 요청

Tôi được nghe tin rằng gần đây Công ty CP Vinh Phuc đã thay đổi bộ máy ban quản lý. Xin chúc mừng về điều này.

Tôi sẽ đến Việt Nam trong hai tuần từ cuối tháng Bảy đến đầu tháng Tám. Nếu có thể, tôi muốn gặp bạn hoặc đại diện của bạn trong chuyến thăm này và thảo luận vềmột số vấn đề mà tôi nghĩ rằng nó rất quan trọng đối với mối quan hệ của hai công ty trong tương lai.

Vì lịch trình của tôi đã bị kín hết nên tôi sẽ rất vui nếu có thể gặp bạn hoặc người đại diện của bạn ở Đà Nẵng vào bất kỳ ngày nào trong khoảng từ ngày 28 đến 31 tháng 7 . Tôi sẽ đến Đà Nẵng với đồng nghiệp cùng hợp tác kinh doanh với tôi và anh ấy cũng sẽ thông dịch giúp chúng ta.

Địa chỉ liên lạc của tôi tại Đà Nẵng từ ngày 28 đến ngày 31 tháng 7 như sau.

(Lược bỏ)

Vui lòng cho chúng tôi biết nguyện vọng của bạn càng sớm càng tốt về vấn đề này.

Vinh Phuc(귀사)에서 최근 경영진이 바뀌었다는 소식을 들었습니다. 축하를 드립니다.

마침 제가 7월 말에서 8월 초에 걸쳐서 2주일간 베트남에 갈 예정입니다. 가능하면 이 방문 중에 귀하나 귀하의 대리인을 만나서 금후 귀사와의 협력 관계상 중요하다고 생각되는 여러 문제에 대해 논의하고 싶습니다.

저의 예정이 꽉 차 있기 때문에 7월 28에서 31일 사이의 어느 때건 귀하나 귀하의 대리인을 다낭에서 만날 수 있으면 매우 기쁘겠습니다. 다낭에는 사업관계의 동료와 같이 갈 예정인데, 그 동료가 통역도 해 줄 것입니다.

7월 28~31일 사이의 다낭에서의 연락처는 다음과 같습니다.

(생 략)

이 건에 관한 의향을 조속히 알려주시기 바랍니다.

Outline
1. 관례적인 인사를 한다.
2. 상대국에 가게 된 배경을 전하고 면담을 신청한다.
3. 희망 일시나 장소, 연락처 등을 상세히 전한다.
4. 답장을 요구한다.

 Từ khoá trọng tâm

Xin chúc mừng 축하를 드립니다
rất vui nếu có thể gặp 만날 수 있으면 매우 기쁘겠습니다
bất kỳ ngày nào 어느 때건

Tôi thực sự rất vui khi biết rằng bạn sẽ ở lại Seoul từ ngày 17 đến 21 tháng 4.

Thật trùng hợp là vào ngày 17 tháng 4 mà bạn đề xuất, tôi có một chuyến công tác rất quan trọng. Rất có khả năng ngày hôm sau tôi cũng sẽ ở đó để giải quyết nốt công việc.

Tuy nhiên, tôi rất muốn gặp bạn trong chuyến đi này và thảo luận một số vấn đề quan trọng. Tôi biết rằng rất khó để điều chỉnh lịch trình một cách nhanh chóng nhưng tôi sẽ rất biết ơn nếu bạn có thể sắp xếp lịch trình để tôi có thể gặp bạn vào chiều ngày 19 và 20.

Nếu điều này có khả năng xin vui lòng thông báo lại cho tôi biết nhé.

4월 17일부터 21일까지 서울에 체류하신다는 말을 듣고 기뻤습니다.

공교롭게도 귀하가 제안하신 4월 17일엔 제가 중요한 용건으로 출장을 가게 됩니다. 또 그 다음 날도 같은 건으로 묶여 있을 가능성이 아주 큽니다.

그러나 이번 출장 중에 꼭 만나서 몇 가지 중요한 안건에 관해서 의논하고 싶습니다. 급히 일정을 조정하는 것이 어렵다는 것을 알고 있습니다만, 19일 오후나 20일 오후에 만날 수 있도록 어떻게 일정을 조정해주셨으면 감사하겠습니다. 이것이 가능한지 알려주시기 바랍니다.

Outline
1. 방문 통지에 대해 기쁘게 생각한다는 뜻을 전한다.
2. 상대방이 희망하는 날짜는 형편이 나쁨을 알린다.
3. 일정의 변경을 요청한다.
4. 답장을 요구한다.

 Từ khoá trọng tâm

thật trùng hợp 공교롭게도
rất có khả năng 가능성이 아주 큽니다
một số vấn đề quan trọng 몇 가지 중요한 안건
sắp xếp lịch trình 일정을 조정하다
Nếu điều này có khả năng xin vui lòng thông báo lại 이것이 가능한지 알려주시기 바랍니다.

Tôi rất vui khi biết rằng bạn sẽở lại Seoul từ ngày 10 đến ngày 15 tháng 6.

Thật không may, tôi phải ở lại Đài Loan từ ngày 8 đến 14 tháng 6 và có khả năng là thời gian tôi ở lại sẽ bị kéo dài. Do đó, tôi sẽ không thể gặp bạn vào ngày 13 tháng 6 như đã đề xuất.

Tại thời điểm này, tôi hoàn toàn hiểu được khó khăn như thế nào để có thể thay đổi lịch trình.

Vì vậy, vào ngày 13, ông Shin Gyeong Hee, giám đốc điều hành của chúng tôi sẽ gặp bạn. Ông ấy sẽ thảo luận với bạn và chuẩn bị để thực hiện các đối sách cần thiết.

Bên cạnh đó, tôi vẫn hy vọng sẽ sớm gặp lại bạn vào cơ hội lần sau.

6월 10일부터 15일까지 서울에 체류하신다는 말을 듣고 기뻤습니다.

공교롭게도 저는 오래 전부터의 약속으로 6월 8일부터 14일까지 대만에 체류해야 하며 체류가 연기될 가능성도 있습니다. 따라서 제안하신 6월 13일에는 만나 뵐 수가 없겠습니다.

이 시점에서 스케줄을 바꾼다는 것이 얼마나 어려운지 충분히 이해하고 있습니다.

그래서 13일에는 저희 회사 전무인 신경희 씨가 귀하를 만나 뵙도록 준비했습니다. 그는 귀하와 의논을 하고 필요한 대책을 취할 준비를 할 것입니다.

한편 저는 다음 기회에 곧 만나 뵐 수 있기를 바라겠습니다.

Outline
1. 방문 통지를 받은 것을 기쁘게 생각한다는 뜻을 전한다.
2. 상대방의 희망하는 날짜에는 형편이 좋지 않음을 알린다.
3. 대리인을 내세울 것을 전한다.
4. 사교적인 인사로 끝을 맺는다.

 Từ khoá trọng tâm

tại thời điểm này 이 시점에서
hoàn toàn hiểu được 충분히 이해하고 있습니다
giám đốc điều hành 회사 전무
chuẩn bị để thực hiện các đối sách cần thiết 필요한 대책을 취할 준비를 할 것입니다
bên cạnh đó 한편

Part 06 기타

120 제품의 자세한 정보 요구

Xin chào.

Bộ phận kiểm tra của chúng tôi đang xem xét để thay thế máy thử nghiệm đo điện trở hiện tại bên công ty tôi sang loại mới nhất của công ty bạn. Nếu bạn giúp chúng trả lời các câu hỏi sau, chúng tôi sẽ dễ dàng đưa ra quyết định mua hàng hơn.

1. Khi bị ảnh hưởng bởi khí hậu độ chính xác của máy thử nghiệm như thế nào?
2. Cần bảo trì ở mức độ nào?
3. Ở Hàn Quốc có dễ dàng nhận bảo trì không?
4. Có dịch vụ thay thế phụ tùng nào?

Chúng tôi sẽ đưa ra quyết định dễ dàng hơn nếu bên bạn có thể đưa ra câu trả lời sớm.

Shin Jin Seop
Phó quản lý
Đội sản xuất

안녕하세요.

당사 검사 부문에서는 현재의 저항 테스터를 귀사의 최신형으로 교체하려고 목하 고려 중입니다. 다음 질문에 대답해주시면 당사의 구입 결정이 매우 용이해지겠습니다.

1. 기후의 영향을 받았을 때 이 테스터의 정밀도는 어느 정도인가?

2. 어느 정도의 보수를 필요로 하는가?

3. 보수는 한국에서 쉽게 받을 수 있는가?

4. 어떠한 부품 교환 서비스가 있는가?

신속한 답을 주시면 당사의 결정이 매우 순조롭겠습니다.

신진섭

차장

생산공학팀

Outline

1. 구입을 고려하고 있다는 것과 자세한 정보를 원하고 있음을 알린다.
2. 알기 쉽게 항목별로 정리해서 구체적인 질문을 한다.
3. 조속한 답장을 요구하면서 끝을 맺는다.

 Từ khoá trọng tâm

thay thế 교체하다
loại mới nhất 최신형
ảnh hưởng bởi khí hậu 기후의 영향을 받다
độ chính xác 정밀도
dịch vụ thay thế phụ tùng 부품 교환 서비스

Tôi muốn hỏi một số câu hỏi về vấn đề đóng gói bao bì. Bạn có ý kiến gì về hình thức đóng gói bao bì của công ty bạn không ? Dưới đây là một số hạng mục yêu cầu của chúng tôi. Mong bạn tham khảo.

1. Tùy thuộc vào mỗi loại sản phẩm mà bao bì mẫu mã phải khác nhau.

2. Bao bì nổi bật sẽ giúp bán các mặt hàng chạy hơn.

3. Máy đóng gói phải được bảo quản chống lại độ ẩm và va chạm, và trong quá trình vận chuyển tốt không được có vấn đề gì về các va chạm khác.

4. Đóng gói bằng hộp các tông có trọng lượng nhẹ nhưng dễ bịhư hỏng .

5. Đóng gói bên ngoài bằng hộp gỗ tuy đơn giản nhưng tốn kém.

6. Phải đảm bảo chất lượng đóng gói.

7. Các sản phẩm công ty bạn có đóng gói tốt để ngăn chặn các tác động khi vận chuyển không?

8. Nếu bao bì không đáp ứng các yêu cầu của vận tải đường biển, công ty bảo hiểm sẽ từ chối trách nhiệm bồi thường pháp lý.

포장 문제에 대해 몇 가지 질문이 있습니다. 귀사의 포장에 대한 의견은 어떠신지요? 당사의 요구사항은 아래와 같으니, 참고하시고 회신 부탁드립니다.

1. 상품에 따라 다르게 포장해야 합니다.

2. 눈에 띄는 포장은 상품 판매에 도움이 됩니다.

3. 기계 포장은 습기와 충격을 방지해야 하며 운송과정에 다뤄지는 충격에도 문제가 없어야 합니다.

4. 판지로 된 상자는 외부포장을 할 경우 가볍긴 하지만 쉽게 파손될 수 있습니다.

5. 나무상자로 외부포장을 할 경우 간편하지만 원가가 비쌀 것입니다.

6. 반드시 포장 품질을 보증해주셔야 합니다.

7. 운송에 있어 어떠한 충격 방지 포장을 하시나요?

8. 만약 포장이 해상운송의 요구에 부합하지 않는다면, 보험회사는 배상책임을 거부할 것입니다.

Outline

1. 해당 주제에 대한 상대의 의견을 묻는다.
2. 당사의 요구사항을 번호를 붙여 정리한다.

Từ khoá trọng tâm

đóng gói bên ngoài 외부포장
không đáp ứng các yêu cầu 요구에 부합하지 않다
vận tải đường biển 해상운송
trách nhiệm bồi thường pháp lý 배상책임

Xin chào.

Nhà xuất bản Bansok của chúng tôi đã xuất bản nhiều sách giáo khoa và sách hướng dẫn dạy học tiếng Anh , tiếng Trung, tiếng Việt cho học sinh trung học và sinh viên đại học. Do đó, chúng tôi luôn tìm kiếm những giáo trình mới mẻ và thú vị.

Liên quan đến vấn đề này, xin vui lòng gửi cho chúng tôi qua đường hàng không một cuốn sách mẫu với tên dưới đây để chúng tôi có thể kiểm duyệt xem xét nó kỹ hơn.

SLANGUAGE

Nếu thích hợp, tôi muốn áp dụng tài liệu này vào việc giáo dục ngôn ngữ Hàn Quốc.

Nếu phải thanh toán trước, vui lòng cho chúng tôi biết số tiền càng sớm càng tốt.

Kim Ji Quang
Nhà biên tập
Tiếng việt

안녕하세요.

저희 반석 출판사에서는 영어, 중국어, 베트남어를 공부하는 한국의 고교생, 대학생용의 여러 가지 교과서와 독본을 출판하고 있습니다. 그러한 사정으로 당사는 항상 새롭고 흥미 있는 교재를 찾고 있습니다.

이와 관련하여 다음 제목의 책을 검토할 수 있도록 견본 한 권을 항공편으로 보내 주시기 바랍니다.

SLANGUAGE

적당할 경우 이 자료를 한국에서의 어학 교육에 받아들이려고 합니다.

대금이 선불이면 되도록 빨리 금액을 알려주십시오.

김지광

편집자

베트남어

Outline

1. 자사의 영업 활동 상황을 소개하고 상대방과 관련 있는 분야에 대해 언급한다.
2. 견본 우송을 부탁하고 금후의 거래 가능성을 알린다.
3. 대금을 지불할 용의가 있음을 알리고 끝을 맺는다.

Part 06

기타

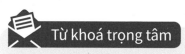

Từ khoá trọng tâm

thanh toán trước 선불

nhà biên tập 편집자

Chúng tôi đang viết một báo giá về kế hoạch có tiêu đề bên dưới , và công ty của bạn được liệt kê như là một công ty sản xuất được cấp phép của 6G6 về phần kiến trúc bằng gỗ. Nếu bạn quan tâm, xin vui lòng báo giá cho chúng tôi. Nếu bạn quan tâm và cần bản thiết kế* vui lòng cho chúng tôi biết.

Chúng tôi tự hào là nhà thầu đủ điều kiện nhất trong kế hoạch này. Điều này là do chúng tôi đã xây dựng Đại học Khoáng sản Dầu khí của Abu Dhabi (bởi thiết kế CRS ở Houston) và Khách sạn New Crown ở Seoul.

Tôi sẽ rất biết ơn nếu bạn có thể trả lời trực tiếp cho tôi. (giản lược)

* Các tài liệu này có thể lấy trực tiếp từ A/E. Nếu bạn yêu cầu công ty chúng tôi cũng có thể gửi cho bạn. (giản lược)

당사는 목하 표제 계획에 관한 견적을 작성 중입니다만 그 명세서에 6G6 건축 목조부의 인가 제조 회사로서 귀사가 실려 있습니다. 관심이 있으시면 견적을 내시기 바랍니다. 관심이 있으시고 관련이 있는 명세서와 설계도*가 필요하시면 알려주시기 바랍니다.

당사는 이 계획에서 가장 자격 있는 입찰자라고 자부합니다. 이렇게 말하는 것은 당사가 이미 아부다비의 석유 광물 대학(휴스턴의 CRS 설계에 의한)이나 서울의 뉴크라운 호텔 등을 건설한 실적이 있기 때문입니다.

본인 앞으로 직접, 조속히 답장을 주시면 매우 고맙겠습니다. (생략)

* 이 자료들은 하기 A/E에서 실비로 직접 입수할 수 있습니다. 요청하시면 당사에서도 보내드릴 수 있습니다. (생략)

Outline

1. 견적 의뢰의 취지를 알리고 타진한다.
2. 자사의 경력을 소개하여 자격이 있음을 알린다.
3. 답장을 기다린다는 결어로 끝을 맺는다.
4. 각주를 단다.

 Từ khoá trọng tâm

nếu bạn quan tâm 관심이 있으시면
bản thiết kế 설계도
nhà thầu 입찰자
khoáng sản dầu khí 석유 광물
nếu yêu cầu 요청하시면

Kính gửi anh Nam,

Sau khi đọc một chuỗi bài báo của anh về 「Doanh nghiệp Việt Nam」, tôi cảm thấy chủ đề chung của các bài báo này đều hướng tới là khả năng tiếp thị ở Hàn Quốc do sự giao lưu ngày càng mạnh mẽ giữa Hàn Quốc và Việt Nam. Trước hết, tất nhiên, tôi nghĩ rằng phải có bản chỉnh sửa và dịch thuật thích hợp bằng tiếng Hàn cho các bài báo này .Và tôi cũng cần sự hỗ trợ của một nhà xuất bản lớn của Hàn Quốc.

Chúng tôi chuyên về truyền thông trong lĩnh vực kinh doanh và công nghệ tại Hàn Quốc. Vì vậy, chúng tôi quan tâm đến việc mua bản quyền dịch và quyền phân phối cho loạt bài này.

Chúng tôi cũng đã tìm hiểu và xác nhận được một công ty xuất bản lớn có sự quan tâm đến phiên bản tiếng Hàn cho loạt bài báo này.

Tôi sẽ rất vui mừng nếu anh cũng có quan tâm đến kế hoạch trên.

Choi Gil Su
Trưởng bàn Biên tập

친애하는 남씨에게

「베트남 비즈니스」를 취급한 시리즈 기사를 계속 읽으면서, 이 제재(題材)는 날로 증가하는 한국과 베트남의 교류에 따라 한국에서도 시장성이 있다고 자주 느끼고 있었습니다. 거기에는 물론 맨 먼저, 한국어로의 편집과 번역이 적절히 이루어져야 합니다. 또 한국의 훌륭한 출판사의 뒷받침도 필요합니다.

당사는 한국의 비즈니스·기술 분야에 있어서의 커뮤니케이션을 전문으로 하고 있습니다. 따라서 당사는 이 시리즈의 번역권과 판매권 획득에 관심이 있습니다.

당사는 이미 어느 대형 출판사의 적절한 한국어판에 대한 관심도 확인했습니다.

상기한 계획에 관심을 보여주시면 매우 고맙겠습니다.

최길수

편집장

Outline
1. 무엇에 관심이 있는지를 알린다.
2. 자사를 소개하고 번역권을 신청한다.
3. 답장을 바란다는 말로 끝을 맺는다.

 Từ khoá trọng tâm

sự giao lưu ngày càng mạnh mẽ giữa Hàn Quốc và Việt Nam 날로 증가하는 한국과 베트남의 교류

nhà xuất bản lớn 대형 출판사

lĩnh vực kinh doanh và công nghệ 비즈니스·기술 분야

bản quyền dịch và quyền phân phối 번역권과 판매권

bản tiếng hàn 한국어판

Vui lòng tham khảo email ngày 2 tháng 5 năm 2019. Trong email, chúng tôi đã làm việc với Công ty Đầu tư và Thương mại Trung ương Việt Nam để được xét duyệt làm công ty có quyền phân phối các sản phẩm của INTEC tại Việt Nam.

Sau một thời gian dài, một yếu tố quan trọng trong việc giúp quý công ty xét duyệt yêu cầu của công ty chúng tôi là tình hình kinh tế và chính trị đã có một sự biến đổi lớn.

Chúng tôi rất mong quý công ty hiểu cho việc Công ty đầu tư kinh doanh trung ương Việt Nam đã không còn tồn tại nữa. Tuy nhiên, chúng tôi vẫn rất quan tâm đến việc làm đại lý độc quyền INTEC tại Việt Nam.

Theo những thay đổi được đề cập ở trên, chúng tôi mong muốn quý công ty sẽ cân nhắc liên hệ với chúng tôi nếu sẵn sàng xem xét lại đề nghị của chúng tôi với tư cách là ứng cử viên đại lý cho INTEC tại Việt Nam và tiếp tục các cuộc đàm phán trong tương lai.

2019년 5월 2일자 이메일을 참조하기 바랍니다. 그 이메일에서 당사는 베트남 중앙 무역 투자 회사와 합동으로 INTEC[귀사] 제품의 베트남에서의 판매권 신청자로서 검토되었습니다.

그 후로 많은 시간이 흘렀고 당사의 신청을 귀사가 검토하는 데 중요한 요소였던 경제 및 정치적 정세가 크게 변했습니다.

베트남 중앙 무역 투자 회사는 이미 존재하지 않음을 이해하시기 바랍니다. 그러나 당사는 베트남에서의 INTEC 독점 대리권에 관해서 아직도 대단한 관심을 가지고 있습니다.

상술한 변화에 비추어 당사는 베트남에서의 INTEC 대리점 후보로서 재고해주실 것과, 여러 가지 이유로 "보류"로 남아 있던 교섭을 재개할 의향이 있으시면 연락해주실 것을 요청합니다.

Outline
1. 언제, 누구와 무슨 교섭했는지 등을 기술하여 진행상황을 상기시킨다.
2. 보류의 원인이었던 상황의 변화가 일어났음을 알린다.
3. 이쪽도 상황이 변했으니 계속 관심을 가지고 있음을 알린다.
4. 재검토를 바라면서 끝을 맺는다.

 Từ khoá trọng tâm

vui lòng tham khảo 참조하기 바랍니다
Công ty đầu tư kinh doanh trung ương Việt Nam 베트남 중앙 무역 투자 회사
đại lý độc quyền 독점 대리권
ứng cử viên 후보

Hiện tại chúng tôi đang chuẩn bị báo giá cho dự án trên bởi Hanoi Lois International Inc., và chúng tôi cần các vật liệu sau cho công trình này :

· Bảng cách điện dày 25mm, 0.25K đúc polystyrene / 18.000 mét vuông loại xốp IB 4 kiểu của công ty bạn:

· Lớp cách nhiệt RM dày 50 mm. Tôi sẽ rất cảm ơn nếu bạn cho chúng tôi một bản báo giá từ CIF cho 22.000 mét vuông các hạng mục vật liệu mà tôi nêu trên. Bởi vì là các vật liệu có khổ lớn nên tôi muốn lấy nó từ một nhà sản xuất hoặc nhà cung cấp được ủy quyền có nhà máy hoặc đại lý ở Trung Đông để giảm thiểu chi phí vận chuyển, nhưng chúng tôi không có bất kỳ thông tin nào. Nếu bạn biết có một công ty như vậy, vui lòng cung cấp cho chúng tôi địa chỉ và địa chỉ email của công ty đó để chúng tôi có thể thực hiện các yêu cầu cần thiết.

Chúng tôi sẽ đính kèm bảng quy định thi công để bạn tham khảo. Đến trước ngày 5 tháng 7 xin vui lòng gửi bản báo giá qua e-mail hoặc thông qua văn phòng Seoul của công ty bạn.

당사는 현재 하노이 로이즈 인터내셔널 설계에 의한 상기 사업의 견적서를 작성하고 있으며 동 건축에서는 하기 물품이 필요합니다.

• 두께 25mm, 0.25K가의 성형 폴리스티렌 보드 절연체. 18,000평방미터 : 귀사의 4형 IB 스티로폼.

• 두께 50mm의 RM 스티로폼 절연체. 22,000평방미터 이상의 품목에 관해서 CIF 제다항의 견적서를 얻을 수 있으면 고맙겠습니다. 부피가 큰 품목이므로 수송비를 최소화하기 위하여 중동에 공장 혹은 대리점을 가지고 있는 인가된 제조원 또는 공급자에게서 얻고 싶습니다만 저희들에게는 정보가 없습니다. 혹시 그런 회사가 있으면 저희가 필요한 조회를 할 수 있도록 주소, 이메일주소를 첨부해서 소개해주시기 바랍니다.

참고를 위해서 시방서를 첨부합니다. 견적서는 7월 5일까지 이메일 또는 귀사의 서울 영업소를 통해서 보내주십시오.

Outline
1. 견적 의뢰서에 왜 의뢰를 하는지, 무엇에 대한 것인지를 명기한다.
2. 좀 더 세밀한 조건이나 요망을 덧붙인다.
3. 첨부한 자료에 언급하고 제출처와 기한을 알리면서 끝을 맺는다.

 Từ khoá trọng tâm

bản báo giá 견적서
vật liệu có khổ lớn 부피가 큰 품목
nhà cung cấp được ủy quyền 인가된 제조원
giảm thiểu chi phí vận chuyển 수송비를 최소화하다
bảng quy định thi công 시방서

127 거래 조건에 대한 응답

Xin chào.

Xin cảm ơn các câu hỏi của bạn về chiếc Proper tự động của công ty chúng tôi vào ngày 8 tháng 6 qua. Thông tin bạn yêu cầu như sau.

· Giá

IFB-140A – Gía FOB đến Cảng Busan 9,870.00 đô la

IFB-900 – Gía FOB đến Cảng Busan 8,990.00 đô la

· Giao hàng

60 ngày sau khi chính thức nhận đơn đặt hàng

· Thanh toán

Trong vòng 90 ngày sau khi giao hàng

Xin lưu ý rằng sẽ được giảm giá 10% đối với các đơn đặt hàng từ 5 chiếc trở lên.

Chúng tôi đã đính kèm thêm thông số kỹ thuật về máy này. Nếu bạn cần thêm thông tin, vui lòng liên hệ với chúng tôi.

안녕하세요.

당사의 전자동 프로버에 관한 6월 8일자 문의에 대한 감사를 드립니다. 귀하가 요구하신 정보는 다음과 같습니다.

- 가격

IFB-140A형 – 부산항 본선 인도 9,870.00달러

IFB-900형 – 부산항 본선 인도 8,990.00달러

- 납품

정식 수주 후 60일

- 지불

선적 후 90일 이내

5대 이상의 주문에 대해서는 10%의 할인이 인정됨을 유념하시기 바랍니다.

프로버에 관한 기술적인 추가 자료를 첨부했습니다. 좀 더 정보가 필요하시면 주저하지 마시고 연락하시기 바랍니다.

Outline

1. 거래 조건 문의에 대해서 사례하고 상호간의 사실 확인을 한다.
2. 문의에 대해서 대답을 한다.
3. 추가 정보를 알린다.
4. 자세한 자료를 첨부하면서 협력적인 자세로 끝을 맺는다.

 Từ khoá trọng tâm

Gía FOB 본선 인도

giao hàng 납품

chính thức nhận đơn đặt hàng 정식 수주

đơn đặt hàng từ 5 chiếc trở lên 5대 이상의 주문

thêm thông số kỹ thuật 기술적인 추가 자료

273

Kính gửi Phạm Quang Hùng

Chúng tôi xin cảm ơn bạn đã gửi email vào ngày 6 tháng 6 để tiếp tục đàm phán về các đại lý bán hàng cho bốn sản phẩm tại Việt Nam đang bị hoãn từ đầu năm 2019.

Chúng tôi đồng ý rằng điều kiện kinh tế và các hoàn cảnh khác đã được cải thiện đáng kể trong thời gian qua. Tình hình hiện tại có thể thấy rằng rất hữu ích trong việc xem xét mở rộng kinh doanh của chúng tôi tại khu vực của bạn.

Bước đầu tiên để có thể làm được việc đó , điều chúng tôi cần là có thông tin cập nhật về tình hình hoạt động kinh doanh của bạn. Đính kèm là một câu hỏi để chuẩn bị tất cả thông tin chúng tôi cần trong việc tiếp tục đàm phán. Chúng tôi đã gửi kèm một số câu hỏi cần thiết để chuẩn bị cho việc đàm phán tiếp tục của 2 bên.

Tôi mong nhận được hồi âm sớm từ bạn.

친애하는 Phạm Quang Hùng 씨

2019년 초부터 보류로 되어 있는 베트남에서의 네 가지 제품에 대한 판매 대리점에 관한 협상을 재개하자는 6월 6일자 귀 이메일에 감사를 드립니다.

당사는 경제 정세 및 기타 상황이 그 사이 꽤 호전된 것에 동의합니다. 현 상황은 귀 지역에 당사 업무의 확장을 고려하는 데 보다 도움이 될 것 같습니다.

그러기 위한 첫 단계로서 당사는 귀사의 운용 상태에 관한 최신 정보를 알고 싶습니다. 첨부한 것은 협상을 재개함에 있어서 당사가 필요로 하는 모든 정보를 준비하려는 질문 사항입니다.

조속한 답장을 고대하겠습니다.

Outline
1. 상대방 이메일을 수령했음을 알리고 사례를 한다.
2. 협상 재개에 의욕적임과 그 이유를 알린다.
3. 검토에 필요한 자료를 요구한다.
4. 답장을 기다린다는 결어로 끝을 맺는다.

 Từ khoá trọng tâm

cải thiện đáng kể 꽤 호전되다
xem xét mở rộng kinh doanh 업무의 확장을 고려하다
thông tin cập nhật về tình hình hoạt động kinh doanh 귀사의 운용 상태에 관한 최신 정보
Tôi mong nhận được hồi âm sớm từ bạn 조속한 답장을 고대하겠습니다

Cảm ơn bạn đã gửi email cho chúng tôi để hỏi về khả năng phân phối các sản phẩm của chúng tôi trên thị trường của bạn.

Chúng tôi biết rõ sự ổn định cũng như độ chuyên môn và sự trưởng thành lớn mạnh của công ty bạn trên thị trường. Trong những hoàn cảnh bình thường, chúng tôi sẽ vui mừng để tiến hành thảo luận.

Nhưng thật không may, năng lực sản xuất hiện tại của chúng tôi không đáp ứng được nguồn cung cấp đã hứa. Tình trạng này khó có thể cải thiện trong tương lai gần. Kết quả là, chúng tôi đang đứng trên lập trường khó có thể chịu trách nhiệm và ký kết các hợp đồng bán hàng mới. Tôi hy vọng bạn hiểu và thông cảm cho chúng tôi.

Hãy yên tâm rằng chúng tôi sẽ liên hệ với bạn ngay sau khi có giấy phép sản xuất với giá cao.

Cảm ơn bạn một lần nữa vì đã quan tâm đến sản phẩm của chúng tôi.

귀 시장에서 당사 제품을 취급할 가능성에 대해서 문의하신 이메일에 감사를 드립니다.

귀사의 안정도, 전문도, 시장에서의 성장도는 여기서도 충분히 알고 있습니다. 정상적인 상황이라면 당사는 매우 기쁘게 의논을 진행시킬 것입니다.

그러나 불행하게도 당사의 현재 생산 능력은 이미 약속한 공급량조차 충족시키지 못하고 있습니다. 이 상황은 당분간 개선될 가망이 없습니다. 따라서 당사는 지금으로서는 책임을 지고 신규 판매 계약을 체결할 입장에 있지 못합니다. 귀사가 양해하시길 바랄 따름입니다.

생산고가 허락하는 대로 귀사에 연락하겠으니 안심하시기 바랍니다.

당사 제품에 대한 관심에 재차 감사를 드립니다.

Outline
1. 상대방 이메일의 수령 통지와 사례를 한다.
2. 형식적인 인사와 가정법으로 거절을 위한 포석을 깐다.
3. 거절과 그 이유를 밝힌다.
4. 차후에 희망을 건다.
5. 감사하다는 맺음말로 끝을 맺는다.

 Từ khoá trọng tâm

khả năng phân phối sản phẩm 제품을 취급할 가능성
sự lớn mạnh trên thị trường 시장에서의 성장도
thật không may 불행하게도
không đáp ứng được nguồn cung cấp đã hứa 약속한 공급량조차 충족
시키지 못하다
ký kết các hợp đồng bán hàng mới 신규 판매 계약을 체결하다

Anh Nhật Minh thân mến,

Tôi đã nhận được một email chuyển tiếp ngày 27 tháng 3 liên quan đến bản quyền mà anh gửi đến cho anh Shin Tae Jin.

Tôi đồng ý với quan điểm của anh rằng tạp chí của chúng tôi sẽ phù hợp trên thị trường Việt Nam khi nó được tái tạo đúng cách. Tôi rất biết ơn anh vì đã quan tâm đến công việc kinh doanh có tính chất khá mạo hiểm này.

Thật không may, quyền sở hữu bản quyền đã được các nhà xuất bản Việt Nam khác mua lại. Vào khoảng tháng trước khi tôi ở thành phố Hồ Chí Minh chúng tôi đã có một thỏa thuận tạm thời với công ty nói trên về bản quyền ở Việt Nam.

Tuy nhiên, nếu vì bất kỳ lý do nào đómà ấn phẩm này không được xuất bản, chúng tôi sẽ liên lạc với anh ngay.

친애하는 Nhật Minh 씨

신태진 씨에게 보내신 판권에 관한 3월 27일자 이메일이 제가 응답을 보내도록 회송되어 왔습니다.

적절히 번안이 되면 당사의 잡지가 베트남 시장에서 적당할 것이란 귀하의 견해에 저도 동의합니다. 이와 같은 모험적인 사업에 관심을 표시하신 귀하에게 매우 감사하고 있습니다.

유감스럽게도 판권에 관한 우선권은 이미 다른 베트남의 출판사가 얻었으며, 지난달 제가 호치민에 체재하는 동안에 베트남 내에서의 판권에 관해서 전술한 회사와의 사이에 임시 합의가 이루어졌습니다.

그러나 어떠한 이유로 이 출판 건이 진행되지 않게 되면 반드시 귀하에게 연락을 드리겠습니다.

Outline
1. 이메일을 받았음을 알린다.
2. 상대방의 요청에 대해서 찬성을 나타내고 감사의 뜻을 전한다.
3. 거절과 그 이유를 밝힌다.
4. 차후의 가능성에 대해 언급하고 끝을 맺는다.

 Từ khoá trọng tâm

biết ơn vì đã quan tâm đến … …에 관심을 표시하신 귀하에게 매우 감사하고 있습니다

công việc kinh doanh có tính chất khá mạo hiểm 모험적인 사업

thỏa thuận tạm thời 임시 합의

Chúng tôi muốn cảm ơn bạn đã gửi e-mail ngày 16 tháng 10 để bày tỏ thiện ýkinh doanh các sản phẩm của chúng tôi tại quốc gia của bạn.

Tôi thấy rất ấn tượng với bản giới thiệu tổng quan về công ty bạn. Trong trường hợp thông thường, chúng tôi sẽ sẵn sàng tiến hành thảo luận với quý công ty về vấn đề này.

Thật không may, chúng tôi đã có một nhà phân phối độc quyền tất cả các sản phẩm của chúng tôi tại quốc gia của bạn. Tôi rất hài lòng với hệ thống này ở thời điểm hiện tại.

Tuy nhiên, nếu tình hình có gì thay đổi, xin vui lòng cho phép tôi được đề cập lại vấn đề này.

Cảm ơn bạn một lần nữa vì đã quan tâm đến sản phẩm của chúng tôi.

귀국에서 당사 제품을 취급하고 싶다고 요청하신 10월 16일자 이메일에 감사를 드립니다.

귀사의 자격에 대한 전반적인 소개는 참으로 인상적이었습니다. 통상의 경우라면 당사는 기꺼이 이야기를 귀사와 진행시킬 것입니다.

공교롭게도 당사는 이미 귀국에 당사의 전 제품을 취급하는 독점권을 가진 대리점을 두고 있습니다. 현재로서는 이 체제에 매우 만족하고 있습니다.

그러나 상황에 변화가 있으면 이 이야기를 재개하도록 허락하시기 바랍니다.

당사 제품에 관심을 보여주신 데 대해서 재차 감사를 드립니다.

Outline
1. 이메일을 받았음을 알리고 감사를 표한다.
2. 인사말과 가정법으로 거절을 위한 포석을 깐다.
3. 거절과 그 이유를 밝힌다.
4. 차후에 희망을 건다.
5. 재차 사례하고 끝맺는다.

 Từ khoá trọng tâm

bản giới thiệu tổng quan 전반적인 소개

nhà phân phối độc quyền tất cả các sản phẩm 전 제품을 취급하는 독점권

tình hình có gì thay đổi 상황에 변화가 있다

Chúng tôi xin cảm ơn bạn đã gửi e-mail ngày 3 tháng 10 đề cập đến vấn đề hợp tác trong việc bán sản phẩm của chúng tôi tại Việt Nam.

Như bạn đã biết, tình hình thị trường ở nước bạn rất dễ biến động mà chúng ta không thể dự đoán được tương lai nền kinh tế của bạn. Điều này đặc biệt đúng đối với các nhà hoạch định chính sách ở nước bạn đang ngày càng nhấn mạnh khuynh hướng chủ nghĩa bảo hộ. Tình trạng này khiến chúng tôi khó có thể bắt tay vào một số bước đi tích cực mới để củng cố vị trí của mình trên thị trường nội địa nước bạn.

Bây giờ có vẻ chúng tôi cần thận trọng trong việc theo dõi cân nhắc tình hình.

Tuy nhiên, mong bạn hiểu sự nhiệt tình lâu dài của chúng tôi đối với thị trường Việt Nam là không thay đổi. Do đó, khi việc mở rộng mạng lưới bán hàng tại quốc gia của bạn được đảm bảo, chúng tôi sẽ liên hệ với công ty của bạn và xem xét khả năng tìm kiếm đại lý bán hàng.

Tôi mong tình hình sớm được cải thiện.

베트남에서의 당사 제품 판매에 협력을 제의하신 10월 3일자 이메일에 감사를 드립니다.

아시는 바와 같이 귀국의 시장 정세는 너무나 유동적이어서 귀국 경제의 장래를 예견할 수가 없습니다. 귀국의 정책 결정자들이 점점 보호주의적인 경향을 강화하고 있는 현상에서는 특히 그렇습니다. 이런 상황은 귀국 시장에서 저희들의 위치를 강화하기 위해서 어떤 새로운 적극적인 행동에 착수하기를 어렵게 만듭니다.

지금으로는 관망하는 태도를 취하는 것이 신중한 것처럼 보입니다.

그러나 베트남 시장에 관한 당사의 오랜 동안의 적극적인 열의는 변하지 않았다는 것을 부디 이해하시기 바랍니다. 그러므로 귀국에서 판매망 확장이 보증되는 상황이 되면 당사는 귀사에 연락하여 판매 대리점의 가능성을 검토하겠습니다.

정세가 곧 호전되길 고대하겠습니다.

Outline

1. 이메일을 받았음을 알리고 감사를 표한다.
2. 현재 단계로서는 거절하지 않을 수 없음을 알린다.
3. 이해를 구하고 차후에 기대를 갖게 한다.
4. 상황의 호전을 빌면서 끝을 맺는다.

 Từ khoá trọng tâm

rất dễ biến động 너무나 유동적이다
nhà hoạch định chính sách 정책 결정자
mở rộng mạng lưới bán hang 판매망 확장
xem xét khả năng 가능성을 검토하다
Tôi mong tình hình sớm được cải thiện 정세가 곧 호전되길 고대하겠습니다

133 가격 인상 통보

Cảm ơn tất cả các nỗ lực của bạn để đảm bảo chỗ đứng cho các sản phẩm của chúng tôi trên thị trường của bạn. Mặc dù có các yếu tố tiêu cực ảnh hưởng đến giao dịch của chúng ta nhưng qua đó đã đánh giá được năng lực của công ty bạn trong việc duy trì doanh số bán hàng.

Chúng tôi cũng có một số vấn đề. Trong đó vấn đề lớn nhất là sự suy giảm đáng kể trong giá trị của đồng đô la Mỹ cơ sở cho tất cả giá của chúng tôi. Chúng tôi đã cố gắng hết sức để giảm nhập khẩu thông qua cắt giảm chi phí. Tuy nhiên, hiện nay sự suy giảm đã đạt tới 20%, nên chúng tôi không thể có đủ khả năng đơn phương xử lý. Kết quả là chúng tôi đã quyết định tăng giá xuất khẩu thống nhất lên 10% kể từ ngày 1 tháng 4.

Chúng tôi biết rằng điều này cũng không dễ dàng gì đối với tình hình công ty bạn. Tuy nhiên, mong phía bạn cũng cân nhắc và hiểu rằng chúng tôi đã bị thâm hụt trong ba tháng. Ngoài ra, xin lưu ý rằng chúng tôi đang cố gắng chia sẻ vấn đề mà chúng tôi đang gặp phải không chỉ vì chúng tôi yêu cầu tăng thêm 10%.

Tôi sẽ rất biết ơn nếu bạn hiểu và hợp tác với chúng tôi trong vấn đề này.

귀 시장에서 당사 제품을 위한 발판을 확보하기 위해 기울인 모든 노력에 감사를 드립니다. 우리 거래에 영향을 주는 부정적인 요소에도 불구하고 매상을 유지하는 귀사의 능력은 여기서도 높이 평가되고 있습니다.

당사도 여러 가지 문제를 안고 있습니다. 그중에서도 가장 큰 것은 저희들의 모든 가격의 기초가 되는 미(美)달러의 가치가 급격하게 하락한 것입니다. 비용 삭감을 통해서 수입 하락을 완화하려고 모든 노력을 했습니다. 그러나 하락폭이 20%에 도달한 지금 일방적으로 부담을 감당할 수가 없게 되었습니다. 따라서 당사는 4월 1일부터 수출 가격을 일률적으로 10% 인상하기로 결정했습니다.

당사는 이 조치가 귀사의 상황을 더 쉽게 하지 않는다는 것을 압니다. 그러나 당사가 3개월이나 계속 적자였다는 사실을 고려하시기 바랍니다. 또한 단지 10%의 인상 요구이므로 당사가 모든 부담을 억지로 떠맡기는 것이 아니라 분담하려고 노력하고 있음을 명심하기 바랍니다.

이 일에 관해서 귀사의 이해와 협력이 있으면 매우 고맙겠습니다.

Outline
1. 대리점으로서의 평소 노고에 감사한다.
2. 현재의 곤란한 상황을 설명하고 가격 인상을 통고한다.
3. 강압이 아니라 분담이라고 해명한다.
4. 이해와 협력을 구하고 끝을 맺는다.

 Từ khoá trọng tâm

duy trì doanh số bán hang 매상을 유지하다
thông qua cắt giảm chi phí 비용 삭감을 통해서
giá xuất khẩu 수출 가격

Tôi rất xin lỗi vì yêu cầu tăng 11% giá FOB cho các mô hình mới phát hành ngày 31 tháng 1 để đáp ứng "áp lực chi phí ngày càng tăng" mà bạn đã đề xuất.

Chúng tôi hiểu việc cần tăng giá theo thời gian để đảm bảo lợi nhuận là điều dễ hiểu. Tuy nhiên, chúng tôi cũng muốn nhấn mạnh rằng để đảm bảo rằng các sản phẩm này có được một khởi đầu tốt chúng tôi cũng đã dành rất nhiều tiền vào các chương trình khuyến mãi và quảng cáo. Các chi phí này vẫn chưa được thu hồi. Ngoài ra còn có một số vấn đề với các nhà bán lẻ. Họ sẽ có phản ứng không tốt với việc tăng giá nhanh như vậy sau khi mới ra mắt sản phẩm.

Do đó, chúng tôi yêu cầu bạn xem xét lại thời gian và trì hoãn việc tăng giá ít nhất là trong sáu tháng.

Nếu bạn có thể cân nhắc và nghĩ đến lập trường của công ty chúng tôi thì tôi nghĩ rằng sẽ có lợi đến công việc kinh doanh của cả 2 bên.

"증가하는 비용 압박"을 감당하기 위해 최근에 발매된 모델의 본선 인도 가격을 1월 31일을 기해서 11% 인상한다는 귀사의 요망은 참으로 유감이었습니다.

당사는 이익 확보를 위해 때때로 가격 인상이 필요하다는 것을 충분히 이해하며 동감할 수 있습니다. 그러나 이번에는 이들 제품이 순조롭게 출발하도록 판촉과 판촉자료에 거액의 자금이 소요되었음을 부디 상기하시기 바랍니다. 이 비용들은 아직 회수되지 않았습니다. 소매상의 문제도 있습니다. 그들은 판매 개시 후 이렇게 빠르게 가격을 인상하는 것에 대해 매우 반응이 좋지 않을 것입니다.

따라서 적어도 시기를 재고하여 6개월간 가격 인상을 연기하도록 귀사에 요구합니다.

당사의 입장도 긍정적으로 고려해주시면 상호에게 유익한 판매가 당지에서도 크게 촉진될 것입니다.

Outline
1. 가격 인상 통지를 받았음을 알린다.
2. 상대방의 입장에 이해를 표시하면서 반론을 편다.
3. 연기를 인정해달라는 요망을 말한다.
4. 상호 이익에 대해 언급하면서 끝을 맺는다.

 Từ khoá trọng tâm

tăng giá 가격 인상
thu hồi 회수하다
nhà bán lẻ 소매상
phản ứng không tốt 반응이 좋지 않다

Chúng tôi đã xem xét kỹ lưỡng về yêu cầu trì hoãn khẩn cấp việc tăng 3% giá FOB cho các lô hàng có hiệu lực từ tháng 10 . Như bạn đã chỉ ra rằng nếu duy trì giá FOB hiện tại sẽ đảm bảo việc thâm nhập thị trường một cách tối đa mang lại lợi ích cho cả đôi bên.

Tuy nhiên, nếu chúng ta duy trì cơ cấu giá hiện tại, chúng tôi sẽ bị thâm hụt vốn . Một trong những lý do chính là chất lượng sản phẩm mới của chúng tôi đã được cải thiện đáng kể.

Chúng tôi mong rằng bên bạn công nhận nguyên nhân giá tăng thêm mà công ty chúng tôi đưa ra đồng thời công nhận việc cải thiện này là có lợi dựa trên phương diện cung cấp chất lượng sản phẩm tốt cho công ty của các bạn.

Chúng tôi rất cảm ơn nếu phía công ty bạn có thể hiểu và chấp nhận mức giá mà chúng tôi đưa ra.

10월 선적분부터 발효되는 본선 인도 가격 3% 인상을 연기해 달라는 귀사의 긴급 요청은 충분히 검토되었습니다. 지적하신 대로 최대한의 시장 진출을 보장하기 위해서 현행 본선 인도 가격을 유지할 수 있으면 쌍방의 이익이 될 것입니다.

그러나 현행 가격 구조를 유지하면 당사는 적자가 됩니다. 적자가 되는 주된 이유 중의 하나는 당사의 신제품 품질이 상당히 향상되었다는 사실입니다.

이 향상이 귀사에 준 품질 면에서의 이점과 당사에 과한 추가 원가를 인정해주시기 바랍니다.

당사가 제안한 가격에 대한 귀사의 이해와 조속한 승인이 있으면 매우 고맙겠습니다.

Outline
1. 상대방의 주장을 확인하고 이해를 나타낸다.
2. 이쪽의 입장을 알리고 근거를 제시한다.
3. 구체적이고 긍정적인 요소를 가미해서 설득한다.
4. 이해를 구하고 끝을 맺는다.

 Từ khoá trọng tâm

Giá FOB 본선 인도 가격
duy trì cơ cấu giá hiện tại 현행 가격 구조를 유지하다
thâm hụt vốn 적자
một trong những lý do chính 주된 이유 중의 하나
cải thiện đáng kể 상당히 향상되다

Mọi người,

Thông thường giá xe cộ sẽ được sửa đổi vào tháng 9 và tháng 3 để giảm thiểu chi phí sản xuất và lao động, nhưng chúng tôi đã quyết định giữ nguyên giá hiện tại cho tất cả các mẫu cho đến tháng 3 năm 2019.

Điều này nhằm giúp việc bán mô hình mới ra mắt vào tháng 8 một thời điểm mà tỷ giá hối đoái biến động lớn đạt hiệu quả hơn. Biến động tỷ giá này làm ảnh hưởng xấu đến thị trường hiện tại và chúng tôi dự đoán thị trường sẽ xấu đi đáng kể trong tương lai.

Vì vậy, tôi nghĩ rằng chính sách giá đặc biệt này sẽ giúp thu hút khách hàng tại thời điểm biến động tỷ giá hối đoái này.

Tôi mong rằng chúng ta sẽ tận dụng tốt cơ hội này.

Han Tae Ho
Trưởng phòng
Phòng kinh doanh Đông Nam Á

여러분

차량 가격은 생산 및 노동 원가의 증가를 완화시키기 위해 통상 9월과 3월에 개정됩니다만, 당사는 2019년 3월까지는 모든 모델에 대해서 현행 가격을 유지하기로 결정했습니다.

이것은 마침 환율의 커다란 변동과 시기가 일치한, 8월에 선보인 새 모델의 효과적인 판매를 돕기 위해서입니다. 이 환율의 변동은 현재 시장에 악영향을 가져오고 있으며, 당사는 시장이 앞으로 상당히 악화되리라고 예견하고 있습니다.

따라서 이 특별한 가격 정책이 환율이 불안정한 이 시기에 고객을 유치하는 데 도움이 되리라고 생각했습니다.

이 기회를 최대한으로 이용하시기 바랍니다.

한태호

부장

동남아시아 영업

Outline
1. 가격을 그대로 둔다는 특례적인 결정 사항을 알린다.
2. 목적과 이유를 설명한다.
3. 판매에 힘써 달라는 상대방에 대한 희망을 말한다.
4. 격려의 말로 끝을 맺는다.

 Từ khoá trọng tâm

chi phí sản xuất và lao động 생산 및 노동 원가
chính sách giá đặc biệt 특별한 가격 정책
thu hut khach hang 고객을 유치하다
Tôi mong rằng chúng ta sẽ tận dụng tốt cơ hội này 이 기회를 최대한으로 이용하시기 바랍니다

Kính thưa Tiến sĩ Ngô Bảo Châu

Tiêu đề: Phí vận chuyển

Tôi chắc rằng ông cũng đã biết và lo lắng rất nhiều về việc tăng giá bán xe BBW tại Hàn Quốc. Tôi nhớ là đã cho ông biết rằng giá bán xe BBW của chúng tôi là đắt hơn nhiều so với xe Benz. Điều này cho phép chúng tôi giảm giá cao hơn so với các đối thủ cạnh tranh của chúng tôi và nếu chúng tôi định giá thì chúng tôi chắc sẽ phải bán chúng với giá thấp hơn nguyên giá.

Về vấn đề này, gần đây chúng tôi đã có được thông tin về các khoản phí vận chuyển thực tế đính kèm bên dưới . Đáng ngạc nhiên, chúng ta có thể thấy rằng giá vận chuyển của Mercedes rẻ hơn nhiều so với giá của chúng tôi. Tôi đã đính kèm một bảng giá so sánh phí vận chuyển.

Mong bên anh xem xét và chỉnh sửa lại giá vận chuyển sao cho phù hợp. Chúng tôi hy vọng rằng giá vận chuyển mới sẽ áp dụng cho tất cả các mô hình năm 2020.

Tôi rất cảm kích nếu bên anh xử lí vấn đề này nhanh chóng nhất.

Park Soon Duk
Phó giám đốc

친애하는 Ngô Bảo Châu 박사님

제목 : 운임료

우리나라에 있어서의 BBW차 판매 가격 인상에 대해서는 귀하도 알고 있고 걱정하고 있으리라고 확신합니다. 저는 우리(BBW차)의 정가가 벤츠보다 훨씬 비싸다는 것을 전에도 귀하에게 쓴 적이 있었습니다. 이 사실은 저희 경쟁사들에게 보다 높은 할인을 가능케 하고 있으며, 저희가 거기에 대응하는 가격을 매긴다면 원가 이하로 판매해야 할 것입니다.

이와 관련하여 저희는 첨부한 실제 운임료에 대한 정보를 최근에 얻을 수 있었습니다. 놀랍게도 벤츠의 운임이 저희들보다 훨씬 싸다는 것을 알 수 있습니다. 운임 비교표를 첨부했습니다.

부디 이 건을 검토하시고 운임료를 적절히 개정해주시기 바랍니다. 새 운임은 2019년 6월, 7월에 선적될 모든 2020년 모델에 적용되기를 바랍니다.

이 건에 관한 조속한 조치가 있으면 매우 고맙겠습니다.

박순덕

부사장

Outline

1. 현상을 설명하고 문제점을 알린다.
2. 입수한 정보를 근거로 첨부하여 그 원인을 분석한다.
3. 가격 인하를 바란다는 상대방에 대한 요망을 전달한다.
4. 신속한 대응을 바라면서 끝을 맺는다.

 Từ khoá trọng tâm

đối thủ cạnh tranh 경쟁사

gía vận chuyển 운임료

bảng giá so sánh phí vận chuyển 운임 비교 표

áp dụng cho … …에 적용하다

Email này liên quán đến việc bạn yêu cầu xem xét lại hệ thống bảng giá của chúng tôi được nêu trong email ngày 15 tháng 6 Trong e-mail, bạn có đính kèm một công văn nói rằng bắt buộc phải giảm giá 10%trên tất cả các sản phẩm của chúng tôi để "cạnh tranh với các mức giảm giá mới nhất" được thực hiện bởi các đối thủ cạnh tranh.

Theo yêu cầu, chúng tôi sẽ giảm 5% giá FOB cho lô hàng tháng 6. Đây là giới hạn tối đa đối với yêu cầu của bạn lần này. Thậm chí cắt giảm 5% này cũng có nghĩa là một sự hy sinh đáng kể cho lợi nhuận của chúng tôi - những hy sinh mà chúng tôi đã mong đợi công ty của bạn sẽ cùng chịu trách nhiệm cùng với chúng tôi một phần nào đó.

Mong bên bạn cũng hiểu rằng chúng tôi luôn tình nguyện bằng mọi biện pháp để giúp cho hoạt động kinh doanh của doanh nghiệp của bạn có sức cạnh tranh hơn trên thị trường. Chúng tôi cũng thừa nhận rằng việc giảm giá nhập khẩu cũng là một cách. Tuy nhiên, qua phân tích bằng chứng bạn đã gửi, chúng tôi nhận thấy rằng ít nhất một phần giảm giá của đối thủ cạnh tranh được thực hiện bằng cách loại bỏ các phụ kiện ban đầu có trong sản phẩm đã hoàn thành. Chiến lược giá sáng tạo này là một giải pháp khác mà bạn cần nhanh chóng cân nhắc và xem xét.

Tôi mong nhận được báo cáo chính thức về chiến lược đặt giá mới của bạn.

이 이메일은 6월 15일자 이메일에서 약술하신 당사의 가격 체계 재검토 의뢰에 관한 것입니다. 이메일에서 귀하는 경쟁 회사가 실시한 "최근의 가격 인하에 대항하기" 위해서는 당사의 전 제품에 걸쳐서 일률적으로 10%의 가격 인하가 필요하다고 문서를 첨부해서 언급했습니다.

요망에 따라 당사는 6월 선적분까지 소급하여 본선 인도 가격의 5%를 인하하겠습니다. 이것이 이번에 귀하를 위해서 할 수 있는 최대의 한도입니다. 이 5%의 인하조차도 당사의 수익에 상당한 희생, 즉 귀사가 당사와 동등하게 부담할 것으로 기대하는 희생을 의미합니다.

당사는 언제나 귀사의 기업 활동이 보다 경쟁력이 있도록 돕기 위해서 자발적으로 방법을 강구하고 있음을 양해하시기 바랍니다. 수입 가격의 인하가 한 방법임을 저희도 인정합니다. 그러나 귀하가 제출한 입증 자료를 분석한 결과 적어도 경쟁 회사의 가격 인하의 일부는 본래 완성품 속에 들어 있던 부속품을 삭제함으로써 실현되었다는 것을 알았습니다. 이와 같은 창조적 가격 전략은 귀하가 신속히 고려해야 할 또 하나의 해결 방법입니다.

귀하의 새 가격 전략에 관한 정식 보고서를 고대하겠습니다.

Outline
1. 상대방의 요구를 확인한다.
2. 부분적으로 승낙한다는 것을 알려서 협력적인 자세를 나타낸다.
3. 판매 전략에 관한 제안을 한다.
4. 판매 전략의 계획 제출을 요구하고 끝을 맺는다.

Từ khoá trọng tâm

hệ thống bảng giá 가격 체계
sức cạnh tranh 경쟁력
giảm giá nhập khẩu 수입 가격의 인하
chiến lược đặt giá mới 새 가격 전략

Tôi xin lỗi vì đã không tuân thủ yêu cầu giảm giá của bạn để đối phó với sự gia tăng đột biến giá trị đồng Won như tôi đã được thông báo qua email vào ngày 1 tháng 4. Tuy nhiên, tôi cũng mong phía bạn hiểu được những khó khăn phải đối mặt bởi sự bất ổn của thị trường ngoại hối.

Do đó, chúng tôi tin rằng có thể trì hoãn việc giao hàng từ tháng 5 đến tháng 6 và phản hồi yêu cầu của bạn cho thời gian để xem xét các tác động ảnh hưởng của việc tăng giá theo yêu cầu. Tuy nhiên, chúng tôi lo ngại rằng nếu nhu cầu không thay đổi mặc dù giá tăng, biện pháp này có thể gây ra tình trạng thiếu hụt cổ phiếu.

Xem xét các biện pháp gần đây được thực hiện bởi chính phủ Mỹ để ổn định đồng đô la, có một khả năng cao của tình trạng thiếu hụt cổ phiếu. Trong thực tế, giá trị của đồng đô la đã bắt đầu phục hồi. Nhớ lại rằng đối thủ cạnh tranh chính của bạn cũng gặp khó khăn tương tự, điều đó có nghĩa là không ai có lợi thế rõ ràng.

Trong trường hợp này, chúng tôi cung cấp cho bạn xem xét lại yêu cầu của bạn về lô hàng bị trì hoãn trong tháng 5. Dù bằng cách nào, xin vui lòng cho tôi biết càng sớm càng tốt.

4월 1일의 이메일로 알려드린 것처럼 원화의 급등에 대처하기 위한 귀사의 가격 인하 요구에 응지 못해서 유감입니다. 그러나 귀사가 외국환 시장의 불안정으로 인하여 직면하고 있는 사정이 얼마나 어려운지 알고 있음을 이해하시기 바랍니다.

따라서 당사는 5월분 선적을 6월까지 연기해서 가격 인상이 수요에 미치는 영향을 검토할 시간을 달라는 귀사의 요구에 응해도 좋다고 생각합니다. 그러나 이 조치가 가격 인상에도 불구하고 수요에 변화가 없으면 재고 부족 상태를 초래하게 할지 몰라서 염려가 됩니다.

미국 정부가 달러화 안정을 위해서 취한 최근의 조치를 생각하면 재고 부족이 일어날 가능성은 높습니다. 사실 달러의 가치는 이미 회복되기 시작했습니다. 귀사의 주요 경쟁사들도 똑같은 곤란에 처해 있으며, 그것은 아무도 뚜렷하게 유리한 점이 없음을 의미한다는 것도 상기하시기 바랍니다.

이런 견지에서 당사는 귀사가 5월분 선적 연기에 대한 요구를 재고하시도록 제의합니다. 어느 쪽이든 가능한 즉시 알려주십시오.

Outline
1. 상대방의 입장에 이해를 보이면서 가격 인하는 불가능함을 알린다.
2. 선적을 연기해달라는 상대방의 요구에 응해도 괜찮음을 알린다.
3. 그로 인해 생기는 부정적인 면을 말하고 설득한다.
4. 재검토를 요구하면서 끝을 맺는다.

 Từ khoá trọng tâm

bất ổn của thị trường ngoại hối 외국환 시장의 불안정
ổn định đồng đô la 달러화 안정
gặp khó khăn 곤란에 처해
dù bằng cách nào 어느 쪽이든

Xin chào.

Cảm ơn bạn đã trả lời về bảng báo giá chúng tôi soạn thảo trong email ngày 17 tháng 11.

Phía chúng tôi không có bất cứ vấn đề nào liên quan đến quy định thi công, số lượng và thời gian giao hàng trong yêu cầu của bạn. Về vấn đề này, chúng tôi sẵn sàng tiến hành bất cứ lúc nào.

Tuy nhiên, xin lưu ý rằng giá được chúng tôi báo giá là cố định và giá này không thay đổi ở tất cả các thị trường. Do đó, chúng tôi không thể đáp ứng được yêu cầu giảm giá đặc biệt của bạn.

Chúng tôi mong sớm nhận được đơn hàng chính thức và giao dịch với bạn.

Bae Dong Hwan
Phó giám đốc

안녕하세요.

11월 17일자 당사 이메일에서 작성해드린 견적에 대해서 답장을 주셔서 감사합니다.

귀사의 요구 중 시방서, 공급량 및 납기에 관해서는 저희 쪽에도 아무런 문제도 초래하지 않습니다. 이런 점들에 있어서 당사는 언제라도 진행시킬 준비가 되어 있습니다.

그러나 당사가 견적한 가격은 고정된 것이며, 이 가격은 모든 시장에서 불변임을 양해하시기 바랍니다. 그러므로 귀하의 특별 가격 인하 요구에 편의를 도모해드릴 수가 없습니다.

곧 정식 주문을 받고 귀사와 거래가 이루어지길 고대합니다.

배동환

부사장

Outline

1. 견적에 대한 답장을 받은 것을 알리고 사례를 구체적으로 한다.
2. 상대방의 요구를 들어줄 수 없다는 것을 알린다.
3. 다른 방법으로 상대방의 요구를 들어줄 수 없다는 것을 알린다.
4. 긍정적인 자세로 끝을 맺는다.

 **Từ khoá trọng tâm**

thời gian giao hàng 납기

bất cứ lúc nào 언제라도

không thể đáp ứng được yêu cầu 요구에 편의를 도모해드릴 수가 없다

Chúng tôi muốn cảm ơn về đề xuất yêu cầu mức giá cạnh tranh hơn cho màn hình mô hình XR-3 của bạn.

Chúng tôi cũng muốn bạn hiểu rằng chúng tôi hoàn toàn nhận thức được với điều kiện bạn có lợi thế trên thị trường thì tầm quan trọng của việc cung cấp sản phẩm chất lượng là rất lớn. Do đó đề xuất đầu tiên của chúng tôi cũng đã được thực hiện dựa trên tinh thần này. Vì vậy, giá chúng tôi đưa ra có thể nói là mức giá thấp nhất cho mô hình đó.

Tuy nhiên, vì chúng tôi hiểu rõ lập trường của bạn nên tôi muốn giới thiệu cho bạn một sản phẩm thay thế. Bạn nghĩ sao về việc đặt hàng XR-2 bàn giao với giá 295 đô la trên giá FOB đến Busan Các tính năng và khả năng thích ứng không giống như mô hình XR-3, nhưng nó đủ để đáp ứng hầu hết các nhu cầu của khách hàng của bạn. Chúng tôi sẽ đính kèm thông tin bổ sung về mô hình này.

Tôi mong nhận được hồi âm của bạn về quyết định lựa chọn mẫu nào.

XR-3 모델 디스플레이에 좀더 경쟁력이 있는 가격을 요구하신 11월 1일자 수정 제안에 감사를 드립니다.

당사는 귀사가 시장에서 판매에 우위를 점할 수 있는 조건으로 양질의 제품을 제공하는 것의 중요성을 저희가 충분히 깨닫고 있음을 양해하시기 바랍니다. 우리의 최초의 제안은 이런 정신에서 이루어진 것입니다. 따라서 그 가격은 우리가 바로 그 모델에 매길 수 있는 최저 가격입니다.

그러나 귀사의 입장을 잘 알기 때문에 대용품을 권하고 싶습니다. 본선 인도 부산 가격 295달러로 귀사에 인도할 수 있는 XR-2형을 주문하시면 어떨까요. 성능과 적응성에서 XR-3 모델과 같지는 않습니다만 귀사의 고객 분들이 필요로 하는 대부분을 충족시키기에 충분한 것입니다. 이 모델에 관한 추가 정보를 첨부합니다.

어느 모델인지 결정되시는 대로 답장 주시기를 고대하겠습니다.

Outline
1. 상대방의 이메일을 수령했음을 알리고 사례를 한다.
2. 가격 인하를 요망하는 상대에게 거절과 그 이유를 알린다.
3. 대용품을 권한다.
4. 상대방의 의향을 타진하면서 끝을 맺는다.

 Từ khoá trọng tâm

đề xuất đầu tiên 최초의 제안
hiểu rõ lập trường 입장을 잘 알다
khả năng thích ứng 적응성
thông tin bổ sung 추가 정보

Chapter 4 지불 교섭에 관한 이메일

142 지불 기일의 연기

Xin chào.

Tôi nghĩ rằng công ty của bạn sẽ biết rằng doanh thu của thị trường của chúng tôi đã giảm mạnh gần đây do khủng hoảng kinh tế. Sự sụt giảm doanh thu này đã để lại sự tồn kho rất lớn và chi phí bảo trì hiện nay đã gây ra một gánh nặng đáng kể cho tài chính của chúng tôi.

Tôi muốn yêu cầu sự hỗ trợ của bạn trong việc giải quyết vấn đề này. Cụ thể, tôi muốn bạn đồng ý gia hạn thêm 60 ngày cho tất cả các khoản thanh toán cho đến khi chúng tôi điều chỉnh được tồn kho lại theo tiêu chuẩn bình thường. Còn phụ thuộc vào tình trạng sụt giảm doanh thu trong thời gian qua nhưng có thể mất bốn hoặc năm tháng.

Đây sẽ là một trợ giúp tuyệt vời với chúng tôi trong thời điểm này nếu bạn xem xét yêu cầu này một cách nhanh chóng và tích cực giống như bình thường.

Jin Ki Sik

안녕하세요.

이곳의 불경기로 인하여 당 시장의 매상이 최근 급격히 저하한 것은 귀사도 익히 아시리라고 생각합니다. 이 매상 저하는 막대한 재고를 남겼으며, 그 유지비는 현재 당사의 재정에 중대한 부담을 주고 있습니다.

이 문제에 대처하는 데 있어서 협조를 부탁드리고자 합니다. 구체적으로 말씀드리면 재고가 정상 수준으로 조정될 수 있을 때까지 모든 지불에 관해서 60일의 추가 어음 기간을 인정해주실 것을 부탁합니다. 재고 조정에는 그동안의 매상에 따릅니다만, 아마도 4, 5개월이 필요할 것입니다.

이 요청을 귀사가 평소와 같이 신속하고 긍정적으로 고려해주시면 이와 같은 시기에 큰 도움이 되겠습니다.

진기식

Outline
1. 현 상황을 설명하고 문제점을 진술한다.
2. 상대방에 대한 요망을 구체적으로 알린다.
3. 신속하고 긍정적인 대답을 바라면서 끝을 맺는다.

 Từ khoá trọng tâm

sự giảm doanh thu 매상 저하

để lại tồn kho lớn 막대한 재고를 남기다

định, muốn ⋯자고 하다

yêu cầu sự hỗ trợ 협조를 부탁드리다

Chúng tôi rất vui được hợp tác với bạn bằng cách đồng ý trì hoãn thêm 30 ngày cho khoản thanh toán tháng 7 theo yêu cầu trong email ngày 2 tháng 6 của bạn. Biện pháp đặc biệt này sẽ vẫn có hiệu lực cho đến tháng 12 năm nay.

Chúng tôi cũng nhận thức được tình hình kinh tế ở Việt Nam và những thách thức mà bạn phải đối mặt. Chúng tôi sẽ cần một kế hoạch bán hàng sửa đổi cho phần còn lại của năm nay càng sớm càng tốt để thực hiện các điều chỉnh cần thiết cho kế hoạch sản xuất và vận chuyển trong tương lai của chúng tôi.

Nhưng bạn cũng phải nhớ rằng đối thủ cạnh tranh của bạn cũng đang phải chịu những hoàn cảnh tương tự. Nghịch cảnh này có thể là một cơ hội để thực sự củng cố vị trí của bạn trên thị trường bằng cách đưa ra một chiến lược bán hàng táo bạo.

Chúng tôi tự tin vào khả năng của bạn để vượt qua hoàn cảnh này.

6월 2일자 이메일에서 요구하신 대로 7월 지불부터 추가로 30일간의 연기를 인정함으로써 귀사에 협력한 것을 기쁘게 생각합니다. 이 특별 조치는 금년 12월까지 효력을 유지할 것입니다.

당사는 베트남의 경제 상태와 귀사가 당면하고 있는 어려움들을 잘 알고 있습니다. 당사는 차후의 생산과 출하 계획에 필요한 조정을 가하기 위해서 가급적 속히 금년의 나머지 기간의 수정된 판매 계획서가 필요합니다.

그런데 귀하의 경쟁사도 같은 상황하에서 고통을 받고 있다는 사실을 기억하시기 바랍니다. 이 역경이 과감한 판매 전략에 나섬으로써 시장에서의 귀사의 위치를 진정으로 확고히 하는 기회가 될 수도 있습니다.

당사는 이 곤경을 이겨나갈 귀사의 능력에 확신을 갖고 있습니다.

Outline
1. 연기를 승낙할 것을 알린다.
2. 상대방의 상황에 대해 이해와 협력적인 태도를 보이며, 그러기 위한 상대방에 대한 요구도 한다.
3. 격려의 말을 보낸다.
4. 자신감을 북돋아주는 결어로 끝을 맺는다.

 Từ khoá trọng tâm

điều chỉnh cần thiết 필요한 조정
kế hoạch sản xuất và vận chuyển 생산과 출하 계획
nghịch cảnh 역경
chiến lược bán hàng táo bạo 과감한 판매 전략

Xin chào.

Chúng tôi đã xém xét kỹ yêu cầu hoãn thời hạn thanh toán 90 ngày đề xuất trong email 17 tháng 4 của bạn.

Chúng tôi rất tiếc phải thông báo cho bạn rằng chính sách của chúng tôi về hợp đồng không cho phép từ bỏ quyền kiểm soát pháp lý. Do đó, bạn phải tiếp tục thực hiện thanh toán trong khung thời gian được chỉ định trong thỏa thuận.

Nhưng chúng tôi đồng ý rằng do tình hình kinh tế gần đây ở nước bạn đang đặt bạn vào một tình thế khó khăn. Chúng tôi hiện đang xem xét các cách khác mà chúng tôi có thể giúp bạn trong phạm vi hợp đồng của chúng tôi.

Tôi tin rằng bạn có thể vượt qua khó khăn của bạn trong một thời gian ngắn.

Sin Ki Jong
Trưởng phòng
Bộ phận quản lý xuất khẩu

안녕하세요.

4월 17일자 이메일에서 제안하신 90일간의 지불 기한 연기에 대한 귀하의 요청은 이곳에서 신중히 검토되었습니다.

유감입니다만 계약에 관한 당사의 방침은 법적 관리의 포기를 허용하지 않습니다. 따라서 귀사는 계약서에 명시된 기한 내에 지불을 종전과 같이 계속해야 됩니다.

그러나 저희는 최근의 귀국의 경제 사정이 귀사를 어려운 입장에 처하게 한 것에 공감합니다. 계약의 범위 내에서 귀사를 도울 수 있는 다른 방법에 대해 현재 검토하고 있습니다.

얼마 안 있어 귀사가 현재의 곤란을 극복할 수 있으리라 믿습니다.

신기종

과장

수출관리부

Outline

1. 상대방의 이메일을 받았음을 알리고 내용을 검토했음을 전한다.
2. 상대방의 요청에 대해서 거절과 그 이유를 진술한다.
3. 상대방에 대한 이해를 보인다.
4. 격려하면서 끝을 맺는다.

 Từ khoá trọng tâm

phạm vi hợp đồng 계약의 범위
trong một thời gian ngắn 얼마 안 있어

145 수송비 청구 거절에 대한 재고 요청

Hóa đơn số 1696, Số Khiếu nại 7775, 90 đô la.

Khiếu nại này là yêu cầu bồi thường cho việc vận chuyển máy thử máu từ công ty chúng tôi đến nhà máy sửa chữa gần nhất.

Xin lưu ý rằng máy này thuộc sở hữu của Bệnh viện Songtan Paik và nó cũng đang trong thời gian bảo hành. Máy được giao vào ngày 2 tháng 4 năm 2019 và ngày sửa chữa là ngày 5 tháng 11 năm 2019.

Theo ý kiến của chúng tôi, khi biết sự thật về vị trí bị hỏng là phần giấy dán bên ngoài thì việc đặc biệt xem xét về chi phí vận chuyển cho việc sửa chữa thích hợp là một điều thích đáng. Trên một tiền đề như vậy, chúng tôi trả thêm tiền cho các chi phí sửa chữa. Do đó, xin vui lòng phúc thẩm lại việc phủ quyết khiếu nại này và chi cấp phí bồi thường là 90 đô la.

Một giải pháp tốt cho vấn đề này sẽ tạo điều kiện thuận lợi cho các hoạt động bán hàng trong tương lai ở khu vực địa phương.

송장 No. 1696, 클레임 No. 7775, 청구액 90달러의 건.

이 클레임은 혈액 시험기를 당사에서 가까운 수리 공장으로 운송한 데 대한 보상을 요구하는 것이었습니다.

이 기계는 송탄 백병원 소유라는 점에 유의하시고 게다가 그것이 보증 기간 중이었음에도 주목하시기 바랍니다. 그 기계는 2019년 4월 2일에 납품되었고, 수리일은 2019년 11월 5일이었습니다.

당사의 견해로는 이 고장이 일어난 곳이 벽지라는 사실을 참작할 때 적절한 수리를 위한 운송비에 관해서 특별한 배려를 하는 것이 정당할 것입니다. 이와 같은 전제에서 당사는 수리 경비의 추가 지불을 했던 것입니다. 그러므로 부디 이 클레임의 부결을 재심하시고 90달러의 보상을 지급하시기 바랍니다.

이 건에 관한 호의적인 해결은 당지(地)에서의 앞으로의 판매 활동을 매우 용이하게 할 것입니다.

Outline
1. 클레임 번호, 금액을 구체적으로 제시하여 문제의 건에 초점을 맞춘다.
2. 이쪽 주장의 근거가 되는 상세한 기초적인 사실을 알린다.
3. 의견을 진술한다.
4. 바람직한 답장을 기대하면서 끝을 맺는다.

 Từ khoá trọng tâm

máy thử máu 혈액 시험기
thời gian bảo hành 보증 기간
phúc thẩm 재심하다
chi cấp 지급하다

Mai Hồng thân mến,

Khiếu nại số 8311 của bạn đã chấp nhận. Viêc thanh toán nốt khoản phí bổ sung được yêu cầu trong email ngày 2 tháng 4 sẽ được hoàn thành trong tháng này.

Tuy chi phí này phát sinh trong thời hạn bảo hành nhưng nó cũng đã vượt ra ngoài phạm vi bảo hành bình thường. Tuy nhiên, tôi đồng ý rằng nếu xét đây là trường hợp đặc biệt và hiếm thì cũng có thể đưa nó thành một trường hợp ngoại lệ.

Điều quan trọng là để đáp ứng một cách nhanh chóng và thích hợp cho bất kỳ yêu cầu bảo hành rõ ràng. Đồng thời cũng cần ghi nhớ rằng khi nhìn từ quan điểm của lợi nhuận việc hoạt động theo các nguyên tắc bảo hành cũng không kém phần quan trọng so với việc đáp ứng làm hài lòng các khách hàng. Vì vậy, trong tương lai cũng mong bạn lắng nghe các chính sách của chúng tôi về các vấn đề bảo hành.

Tuy nhiên, cũng mong bạn nhớ rằng sự hợp tác của bạn là quan trọng đối với hoạt động thông suốt của hệ thống bảo hành của chúng tôi.

Choi Chang Ho, trưởng phòng
Bộ phận khiếu nại

친애하는 Mai Hồng 씨

클레임 No. 8311을 재고해 달라는 귀 요구를 승낙했습니다. 4월 2일자 이메일에서 언급한 추가 비용 75달러의 상환은 이달 중에 이루어질 것입니다.

이와 같은 경비는 보증 기간 내에 발생한 것이라고 해도 통상 보증의 범위에서 벗어납니다. 그러나 이번 경우가 특수하고 매우 드문 것임을 고려하면 예외로 간주돼야 한다는 데 동의합니다.

모든 보증 클레임에 대해서 적절하고 신속하게 대처하는 것이 중요하다는 것은 명백합니다. 동시에 명심할 것은 이익이라는 관점에서 볼 때 보증 지침 내에서 운영하는 것이 고객을 만족시키는 것 못지않게 중요하다는 것입니다. 따라서 보증 문제에 대한 당사의 방침에 관해서 금후에도 의견을 들려주시기 바랍니다.

그러나 귀사의 협력이 당사의 보증 시스템의 원활한 운용에 절대 필요한 것도 기억하시기 바랍니다.

최창호, 과장

보증클레임팀

Outline
1. 승낙한다는 것을 알린다.
2. 승낙하는 이유를 말한다.
3. 차후를 위해서 기본 방침을 알린다.

Part 06

기타

 Từ khoá trọng tâm

khiếu nại 클레임
hệ thống bảo hành 보증 시스템

311

147 외상값 미불금 독촉

Theo hồ sơ kế toán của chúng tôi, BLC (công ty của bạn) chưa trả hơn 6.000 đô la từ tháng 4 năm 2019. Vui lòng kiểm tra đối chiếu với hồ sơ ghi chép của bạn.

Nếu bạn muốn biết thêm chi tiết, xin vui lòng liên hệ với chúng tôi.

Cảm ơn bạn rất nhiều.

당사 경리부의 기록에 의하면 BLC(귀사)는 2019년 4월부터 6,000달러가 미불로 되어 있습니다. 귀사의 기록과 대조하시기 바랍니다.

좀 더 자세한 것을 아시려면 주저마시고 연락해주십시오.

잘 부탁드립니다.

Outline
1. 미불금이 있음을 알리고 처리를 요구한다.
2. 신속한 처리를 바라는 뜻에서 협력적인 의사 표시를 한다.
3. 잘 부탁한다는 말로 끝을 맺는다.

 Từ khoá trọng tâm

theo hồ sơ kế toán 경리 기록에 따르면
đối chiếu với A A와 대조하다
ghi chép 기록하다
thêm chi tiết 더 자세히

Chúng tôi chưa nhận được bất kỳ báo cáo nào về doanh số bán hàng và tiền nhuận bút sau khi cuốn sách trên được công ty của bạn phát hành vào năm 2019.

Chúng tôi được yêu cầu lập hai báo cáo kế toán hàng năm theo hợp đồng. Vui lòng gửi cho chúng tôi báo cáo chi tiết về doanh thu và tiền nhuận bút cho đến thời điểm hiện tại. Vui lòng đính kèm ngân phiếu cho tiền nhuận bút.

상기의 책이 귀사에서 2019년에 발행된 후 매상고와 그에 따르는 인세에 관해서 보고를 받은 바 없습니다.

계약상으로는 연간 2회의 회계 보고를 하도록 되어 있습니다. 현재까지의 매상고와 인세에 관한 상세한 보고서를 보내주시기 바랍니다. 인세에 대해서는 수표를 첨부하시기 바랍니다.

Outline

1. 보고와 지불이 없었음을 알린다.
2. 보고와 지불 요구를 한다.

 Từ khoá trọng tâm

tiền nhuận bút 인세

phát hành 발행하다

báo cáo kế toán 회계보고

cho đến thời điểm hiện tại 지금 현재까지

ngân phiếu 수표

Phạm Quỳnh thân mến

Trước hết, tôi xin cảm ơn tất cả những gì bạn đã hợp tác với văn phòng của tôi trong nhiều năm qua. Tôi thậm chí không dám nghĩ về những rắc rối trong công việc của tôi nếu đã không có bạn và anh Dũng.

Hôm nay tôi gặp một vấn đề khác nên đã viết thư này. Tôi đã không nhận được báo cáo hàng tháng mà bạn gửi thường xuyên trong năm năm qua. Báo cáo tháng 1 đặc biệt quan trọng vì báo cáo này được ghi chép chuyển động vốn khá lớn liên quan đến việc mua hàng gần đây tại Hồ Chí Minh.

Cảm ơn bạn rất nhiều nếu bạn có thể xử lí để giải quyết vấn đề này.

친애하는 Phạm Quỳnh 씨

우선 귀하가 제 사무를 위해 여러 해에 걸쳐서 협력해주신 모든 것에 대해서 감사를 드립니다. 그곳에 귀하와 Dũng 같은 제 편이 없다면 일에 얼마나 지장이 많을지 생각조차 하기 싫습니다.

오늘은 또 다른 문제가 있어서 펜을 들었습니다. 5년 동안 규칙적으로 보내주신 월례 보고서를 1월분은 받지 못했습니다. 1월의 보고서는 호치민에서의 최근의 구입과 관련하여 꽤 큰 금액의 이동이 기입되어 있는 관계로 특히 중요합니다.

이 문제를 해결할 수 있도록 선처해주시면 매우 고맙겠습니다.

Outline
1. 평소의 협조에 대한 사례를 한다.
2. 문제에 접어들어서 조속한 처리를 바라는 의미에서 왜 그것이 중요한지 이유도 진술한다.
3. 선처를 바란다.

 Từ khoá trọng tâm

tất cả những gì ⋯ ⋯한 모든 것
trong nhiều năm qua 지난 여러 해 동안
thậm chí ⋯ ⋯조차
rắc rối 복잡한
thường xuyên 규칙적으로
đặc biệt quan trọng 특히 중요한

Hải Nam kính mến,

Chúng tôi đã đối chiếu ghi chép của công ty về việc chưa thanh toán 8500 đô la về chi phí đọc báo trong bản báo cáo định kì chi cấp vào tháng 4 năm 2019 mà anh thắc mắc.

Kết quả là, chúng tôi xác nhận ngày 29 tháng 6 năm 2019 số tiền đó đã được chuyển đến tài khoản ngân hàng hóa chất Hồ Chí Minh 066011. Hai hoặc ba tuần trước, tôi đã gửi cho bạn ý kiến tương tự và gửi lại hóa đơn thứ hai đến công ty của bạn.

Để biết thêm thông tin, vui lòng liên hệ với Ngân hàng Hóa chất. Bạn sẽ có thể nhận được xác nhận thanh toán.

Cảm ơn bạn rất nhiều nếu bạn xử lí nhanh chóng vấn đề này.

Kim Taek Su, Trưởng phòng
Phòng xuất khẩu Việt Nam

친애하는 Hải Nam 씨

2019년 4월이 지불 기일인 정기 리포트 구독료 8,500달러가 미불이라는 귀하의 문의에 대해서 즉시 당사의 기록과 대조했습니다.

그 결과 2019년 6월 29일자로 호치민 케미컬 은행의 구좌 066011에 이미 송금되어 있는 사실이 확인되었습니다. 이에 관해서 2, 3주일 전에 같은 소견을 붙여서 귀사로부터의 두 번째 송장을 이미 돌려보냈습니다.

이후의 문의는 케미컬 은행에 하시기 바랍니다. 지불 확인을 얻을 수 있을 것입니다.

이 건에 관한 귀사의 조속한 조치가 있으면 매우 고맙겠습니다.

김택수, 과장

베트남 수출팀

Outline
1. 독촉내용을 확인한다.
2. 이미 지불되었다는 조사결과를 알린다.
3. 이후는 은행에 직접 문의해주기 바란다고 상대방에게 요구한다.
4. 신속한 조치를 요구한다.

Part 06

기타

 Từ khoá trọng tâm

đối chiếu 대조하다
ghi chép 기입, 기록하다
chi phí đọc báo 구독료
định kì 정기의
chi cấp 지급
thắc mắc 문의

즉석에서 바로바로 활용하는

일상생활 베트남어 첫걸음

FL4U컨텐츠 저 | 170*233mm | 292쪽 |
14,000원(mp3 CD 포함)

가장 알기 쉽게 배우는

바로바로 베트남어 독학 단어장

FL4U컨텐츠 저 | 128*188mm | 324쪽 |
14,000원(본문 mp3 파일 무료 제공)

무조건 따라하면 통하는

일상생활 베트남 여행회화 365

FL4U컨텐츠 저 | 128*188mm | 368쪽 |
12,000원(mp3 파일 무료 제공)